TÀI LIỆU LUYỆN THI TOPIK TRUNG CAO CẤP 5000 CẤU TRÚC NGỮ PHÁP QUÁN DỤNG NGỮ - TỪ VỰNG TIẾNG HÀN QUỐC

TOPIK 시험대비
5000개 단어 / 관용어 /문법 총정리

LÊ HUY KHOA

문예림

TÀI LIỆU LUYỆN THI TOPIK TRUNG CAO CẤP 5000 CẤU TRÚC NGỮ PHÁP QUÁN DỤNG NGỮ - TỪ VỰNG TIẾNG HÀN QUỐC

TOPIK 시험대비
5000 개 단어 - 관용어 - 문법 총정리

초판 1 쇄 인쇄 2022 년 2 월 28 일
초판 1 쇄 발행 2022 년 3 월 14 일

지은이 레휘콰(LÊ HUY KHOA)
펴낸이 서덕일
펴낸곳 문예림

출판등록 1962.7.12 (제 406-1962-1 호)
주소 경기도 파주시 회동길 366 (10881)
전화 (02)499-1281~2 **팩스** (02)499-1283
전자우편 info@moonyelim.com
홈페이지 www.moonyelim.com

ISBN 978-89-7482-924-7(13730)

mục lục - 목차

Đôi nét về tác giả

Họ và tên: Lê Huy Khoa
Bút danh Lê Cát An Châu
Quê quán: Nghệ An
Nơi cư trú hiện nay: Thành phố Hồ Chí Minh

Học vấn:
Tốt nghiệp Đại học ngoại ngữ - Đại học Quốc gia Hà Nội; Học viện Ngôn ngữ Đại học Yonsei Hàn Quốc, Thạc sĩ Đại học S. Columbia Mỹ.

Công trình nghiên cứu:
Là dịch giả và tác giả hàng đầu về tiếng Hàn hiện nay: Tác giả từ điển Hàn - Việt đầu tiên, Từ điển Hàn - Việt online Naver và 50 loại từ điển, giáo trình khác nhau, giữ kỷ lục là tác giả biên soạn nhiều giáo trình từ điển Hàn - Việt nhất Việt Nam.

Quá trình công tác:
Từng công tác tại Đại sứ quán Việt Nam ở Hàn Quốc, Bộ Lao động Thương binh và Xã hội. Giảng viên tại Đại học Shunchonhyang Hàn Quốc, Đại học Hồng Bàng, Đại học Nguyễn Tất Thành.

Hiện đang là phiên dịch viên tiếng Hàn Quốc cao cấp; Trợ lý ngôn ngữ của Đội tuyển bóng đá Quốc gia U23, đội tuyển bóng đá nam Việt Nam.
Hiện là Hiệu trưởng Trường Hàn ngữ Việt - Hàn Kanata, một đơn vị đào tạo biên phiên dịch tiếng Hàn hàng đầu tại Việt Nam hiện nay.
Có kinh nghiệm dịch thuật và phiên dịch, giảng dạy từ năm 1995 đến nay.

Trường Hàn ngữ Việt – Hàn Kanata
72 Trương Công Định, Tân Bình,TP.HCM
E-mail: lecatanchau@yahoo.com.
Facebook: Lê Huy Khoa Kanata.

Lời nói đầu

Quan hệ Việt Nam – Hàn Quốc là một trong những quan hệ chiến lược quan trọng của chính phủ Việt Nam hiện nay. Do đó, nhu cầu giao thương, giao lưu, hợp tác kinh tế, văn hóa, chính trị, ngoại giao và đầu tư giữa hai nước ngày càng được mở rộng hơn. Hiện nay, Hàn Quốc là một trong những nhà đầu tư lớn ở Việt Nam và xu hướng này ngày càng tiếp tục tăng.

Chứng chỉ TOPIK ngày càng trở nên quan trọng hơn với người Việt Nam khi chính phủ Hàn Quốc coi TOPIK là một trong những chứng chỉ đánh giá năng lực tiếng Hàn chuẩn mực và duy nhất hiện nay. Việc có chứng chỉ này sẽ giúp người Việt có thể xin việc, du học và tự tin hơn trong quá trình làm việc tại doanh nghiệp Hàn Quốc.

Trong quá trình giảng dạy luyện thi chứng chỉ TOPIK tại Trường Hàn ngữ Việt – Hàn Kanata, một trong những khó khăn điển hình của cả giảng viên và học viên chính là họ cần một giáo trình ngữ pháp, từ vựng được biên soạn phù hợp, chính xác và khái quát nhất để có thể hỗ trợ cho việc giảng dạy, học tập và tự học ôn thi chứng chỉ này.

Đứng trước nhu cầu đó, tôi và tập thể giảng viên của Trường Hàn ngữ Việt – Hàn Kanata đã tiến hành biên soạn giáo trình này. Đây là giáo trình tập hợp 5000 cấu trúc, bao gồm cả cấu trúc ngữ pháp, quán dụng ngữ và từ vựng tiếng Hàn, được sưu tầm từ những đề thi, tài liệu, giáo trình phục vụ ôn luyện cho tất cả các kỹ năng gồm đọc hiểu, nghe và viết. Có thể nói đây là tài liệu đầy đủ, cập nhật, rõ ràng và cần thiết nhất cho việc học tập và giảng dạy chứng chỉ TOPIK cho đến nay.

Rất mong độc giả gần xa góp ý để quyển sách được hoàn thiện hơn.

LÊ HUY KHOA

NHỮNG ĐIỀU CẦN GHI NHỚ ĐỂ LUYỆN VÀ THI TOPIK TỐT NHẤT

Từ quá trình giảng dạy TOPIK, tôi xin đúc rút một số kinh nghiệm và chia sẻ cùng các bạn về cách để làm bài thi tiếng Hàn sao cho có thể có được kết quả tốt nhất.

XÁC ĐỊNH RÕ MỤC TIÊU KHI ĐI THI:

Tùy theo mục tiêu mà bạn sẽ có cách tiếp cận khác nhau.

Nếu bạn thi để lấy chứng chỉ thì cách làm đề thi cần từ dễ đến khó, nên tập trung vào những câu phù hợp với năng lực của mình để lấy điểm, không nên tập trung vào các câu khó vì sẽ rất mất thời gian. Ví dụ, nếu bạn cần lấy chứng chỉ TOPIK 3-4 thì không nên tập trung vào những câu 40-50 (dành cho TOPIK 5-6).

Còn nếu bạn thi chỉ để kiểm tra xem năng lực tiếng Hàn của mình đến đâu thì nên làm theo trình tự và đúng như những gì mình đã học.

NGUYÊN TẮC LÀM BÀI THI:

1/ Nên làm từ dễ đến khó, từ câu 1 trở đi.

2/ Xây dựng chiến lược làm bài, chiến lược cho từng môn thi và từng câu. Cần phân chia thời gian tối đa cho mỗi câu và ước lượng năng lực của mình để tập trung vào những câu bạn có thể làm. Riêng đề thi TOPIK trung và cao cấp thì có 4 cấp (từ cấp 3 đến cấp 6), vì thế tính phân loại khá cao, học viên chỉ có trình độ TOPIK cấp 3 thì không thể làm đề thi TOPIK cấp 6. Do đó, bạn nên căn cứ vào mục tiêu cụ thể của mình để xác định vùng bài thi cần làm, không nên dồn sức vào những câu quá sức, không nên quá tham lam.

HIỂU CHÍNH XÁC VỀ ĐỀ THI VÀ THANG ĐIỂM:

Đề thi Topik gồm môn đọc hiểu (50 câu làm trong 60 phút, 100 điểm), viết (4 câu làm trong 50 phút, 100 điểm) và nghe (50 câu làm trong 70 phút, 100 điểm). Tổng điểm là 300 điểm. Bạn cần biết rõ mình muốn đạt TOPIK cấp mấy trong lần mình thi để có chiến lược làm bài phù hợp.

NÊN TẬP TRUNG LUYỆN KỸ NĂNG LÀM BÀI:

Ở thời điểm ôn thi, bạn cần phải xác định rõ rằng đây là thời điểm học luyện kỹ năng làm bài thi, ôn tập kiến thức chứ không phải là thời điểm học mở rộng vì kiến thức dồn vào quá nhiều sẽ khiến bạn bị rối. Có thể sẽ có một số từ vựng, ngữ pháp, cấu trúc câu, cách diễn đạt bạn không hiểu, nhưng nếu bạn biết thể loại câu này nên làm thế nào thì chắc chắn bạn sẽ làm được.

TẬP TRUNG HỌC TỪ VỰNG:

Trong các kỳ thi TOPIK, thực ra khối lượng từ vựng bạn có là quan trọng nhất, vì vậy nên tập trung học từ vựng, sau đó mới đến ngữ pháp. Khối lượng từ vựng phục vụ cho kỳ thi TOPIK đến cấp 6 là khoảng 3000-4000 từ. Tùy vào khối lượng từ vựng bạn có, bạn có thể xác định nên thi cấp nào. Hoặc nếu xác định thi cấp nào thì cần phải học bao nhiêu từ vựng.

NÊN ÔN CÁC ĐỀ VỪA THI GẦN NHẤT:

Cấu trúc, kiến thức và hình thức ra đề thi thường có sự thay đổi theo thời gian, và nội dung, kết cấu, kiến thức, độ khó, kiểu ra đề thi các đợt gần nhau có nhiều điểm tương đồng. Vì vậy, bạn nên ôn thi bằng cách luyện những đề gần nhất mới ra. Bạn nên sử dụng các giáo trình uy tín do chính cơ quan ra đề thi cung cấp thay vì giáo trình bên ngoài vì độ khoa học, độ phân bố khối lượng, tính chính xác của bài thi khá khác nhau.

MỖI KỸ NĂNG CẦN CÓ PHƯƠNG PHÁP LÀM BÀI RIÊNG:

Nếu là đề thi đọc hiểu thì nên làm theo nguyên tắc loại trừ, có thể làm theo nguyên tắc đọc → dịch → hiểu → làm, hoặc đọc → hiểu → làm. Nếu là đề thi viết thì nên làm theo nguyên tắc bắt chước, mô phỏng và hết sức chú ý quy tắc ngữ pháp, quy tắc viết chữ. Đề thi nghe nên làm theo nguyên tắc đánh kết quả sau lần nghe thứ nhất và lần thứ hai là để xác nhận lại.

NÊN ÔN THI CÀNG SỚM CÀNG TỐT:
Kiến thức cần quá trình để tích lũy, nếu ngay sát kỳ thi mới ôn thì thật ra kiến thức không vào bao nhiêu. Ôn thi chỉ là luyện kỹ năng trên nền tảng kiến thức đã có sẵn.

NÊN DÙNG ÂM HÁN VIỆT ĐỂ XỬ LÝ TÌNH HUỐNG:
Nguyên tắc tư duy để đoán từ vựng khi gặp từ vựng lạ, chưa gặp bao giờ đó là dùng âm Hán Việt để đoán nghĩa của nó, ngoài ra có thể dùng ngữ cảnh.

ĐỀ THI SỬ DỤNG NHIỀU QUÁN DỤNG NGỮ:
Cần tìm hiểu quán dụng ngữ vì đề thi thường sử dụng khá nhiều, kiểu như: 국수를 먹다 (kết hôn, lấy nhau), 손이 크다 (thoáng, thoải mái),… Quán dụng ngữ thường được ra khá nhiều. Ngoài ra, đề thi còn đưa vào một số kiến thức về văn hóa Hàn Quốc, vì vậy khiến cho nhiều học viên cảm thấy lạ lẫm (ví dụ như cách đi tàu điện, cách tư duy của người Hàn, hay giới thiệu một địa điểm nào đó của Hàn Quốc...) thành ra cũng cần phải tìm hiểu trước những kiến thức này.

TẬP TRUNG CAO ĐỘ:
Bạn nên giành tối đa thời gian và công sức để ôn thi. Tốc độ ghi nhớ, cách làm bài… hoàn toàn phụ thuộc vào việc bạn có tập trung hay không mà thôi.

NÊN HỌC THEO NHÓM hoặc THEO LỚP:
Cách học này giúp bạn có thể đặt câu hỏi và được giải đáp thắc mắc chính xác nhất, nhanh nhất và hiệu quả nhất mà không cần tốn nhiều thời gian.

PHẦN 1. NGỮ PHÁP TOPIK

1. Danh từ 에 따라(서)

Ý nghĩa: Tùy theo, theo, như, với
Được sử dụng khi kết quả của vế sau xuất hiện dựa vào một tiêu chuẩn hay tình huống nào đó ở vế trước.

Ví dụ:

1. 음식점에 따라 불고기 맛이 조금씩 다릅니다.
   Tùy theo quán ăn mà vị thịt nướng có đôi chút khác biệt.

2. 시간에 따라 교통이 복잡하기도 하고 좀 덜 복잡하기도 합니다.
   Tùy thời gian mà giao thông lúc phức tạp lúc đỡ hơn.

3. 날씨에 따라 기분도 달라지는 것 같다.
   Tâm trạng cũng có thể thay đổi tùy theo thời tiết

4. 학교에 따라서 등록금에 차이가 있습니다.
   Tùy theo trường mà có sự khác biệt về tiền học phí.

5. 일의 성과에 따라서 연봉을 받게 됩니다.
   Được nhận lương hằng năm theo thành quả công việc.

2. Tính từ -아/-어지다

Ý nghĩa: Trở nên, thành, thay đổi thành
Cấu trúc ngữ pháp thể hiện một sự thay đổi nào đó về tính chất, màu sắc, đặc tính hay bản chất theo thời gian.

-아지다 kết hợp với gốc tính từ có nguyên âm 아/오

-어지다 kết hợp với gốc tính từ có nguyên âm khác 아/오

-여지다 kết hợp với gốc tính từ có -하다

Với các động từ bất quy tắc:

- 예쁘다/고프다/슬프다 -> 예뻐지다/고파지다/슬퍼지다
- 덥다/쉽다/춥다 -> 더워지다/쉬워지다/추워지다
- 빨갛다 -> 빨개지다
- 다르다 -> 달라지다

Ví dụ:
1. **처음에는 재미없었는데 요즘 공부가 재미있어졌어요.**
Ban đầu thì không, nhưng gần đây thì việc học đã trở nên thú vị hơn.

2. **우리는 처음에는 어색한 사이였지만 지금은 친해졌어요.**
Ban đầu chúng tôi khá ngượng ngùng nhưng hiện tại đã trở nên thân thiết

3. **요새 일본 경기가 많이 좋아졌어요.**
Gần đây kinh tế Nhật Bản đã tốt hơn rất nhiều.

4. **언니가 나에게 이 화장품을 바르면 피부가 예뻐질 거라고 했어요.**
Chị nói với tôi nếu sử dụng mỹ phẩm này thì da sẽ đẹp hơn.

5. **항상 운동하고 술을 덜 마시고 건강식품을 먹으면 건강이 좋아질 거예요.**
Nếu tập thể dục thường xuyên, uống ít rượu và sử dụng thực phẩm chức năng thì sức khỏe sẽ tốt hơn.

3. Tính từ -아/-어/-여 보이다

Ý nghĩa: Có vẻ như, trông như là, hình như, giống như là
Được sử dụng diễn đạt một ý kiến vẻ về bên ngoài (diện mạo, phong thái, hình dáng…) của ai hoặc cái gì.

Thì quá khứ của đuôi từ này là -아/어/여 보였다

-아 보이다 kết hợp với gốc tính từ có nguyên âm 아/오

-어 보이다 kết hợp với gốc tính từ có nguyên âm khác 아/오

-여 보이다 kết hợp với gốc tính từ có -하다

Ví dụ:

1. 오늘 건강이 안 좋아 보여요.
   Hôm nay trông cậu có vẻ không khỏe.

2. 왜 그렇게 행복해 보여요?
   Sao trông cậu có vẻ hạnh phúc thế?

3. 저의 여자 친구는 어제 너무 슬퍼 보였어요.
   Hôm qua bạn gái tôi trông có vẻ rất buồn.

4. 피곤해 보이는데 일찍 퇴근하시지요.
   Anh trông có vẻ mệt, thôi tan làm sớm đi.

5. 나이보다 젊어 보이네요.
   Trông anh có vẻ trẻ hơn so với tuổi.

4. Động/Tính từ 아/어야

Ý nghĩa: Phải là, phải… thì mới…
Diễn tả vế trước tiền đề, vế sau là kết quả, vế sau thường dùng cấu trúc (으)ㄹ 수 있다.

Không dùng được với động từ 이다 và 아니다.

-아 야 kết hợp với gốc tính từ có nguyên âm 아/오.

-어 야 kết hợp với gốc tính từ có nguyên âm khác 아/오.

-여 야 kết hợp với gốc tính từ có –하다.

Ví dụ:

1. **한식은 수저로 먹어야 해요**
   Các món ăn Hàn Quốc thì phải ăn bằng muỗng và đũa.

2. **영양에 대해 배워야 건강한 삶을 살 수 있어요**.
   Phải học về dinh dưỡng thì mới có thể sống khỏe mạnh.

3. **좋은 습관을 만들어야 성공 한 삶을 살 수 있어요**.
   Phải hình thành thói quen tốt thì mới có thể có cuộc sống thành công.

4. **한글을 먼저 알아야 한국어를 공부할 수 있어요**.
   Phải biết chữ cái tiếng Hàn trước thì mới có thể học tiếng Hàn.

5. **돈이 많아야 유학을 갈 수 있습니다**.
   Phải có nhiều tiền thì mới có thể đi du học.

5. Động từ (으)ㄴ/는/(으)ㄹ 대로

Ý nghĩa: Như, giống như, theo như
Dùng trong trường hợp diễn giải một câu nói thực hiện như một sự cam kết, hay một kế hoạch, hướng dẫn nào đó.

Ví dụ:

1. 약속한 대로 한 달에 한 번 모입시다.

   Chúng ta hãy họp mặt một tháng một lần như đã hẹn.

2. 요리책에 쓰여 있는 대로 했어요.

   Tôi đã làm như sách nấu ăn ghi.

3. 본 대로 정확하게 말해 보세요.

   Thấy gì thì anh cứ nói thật chính xác như thế.

4. 아이들이 어른이 하는 대로 따라해요.

   Trẻ em làm theo người lớn.

5. 사장님이 시키는 대로 해 봐요.

   Hãy làm như giám đốc yêu cầu.

6. Động từ 은/는 대신(에), Danh từ 대신에

Ý nghĩa: Thay cho, thay thế cho, bù cho

Hành động ở vế trước không được thực hiện mà chuyển thành/thay thế bằng hành động phía sau, hoặc một sự thay thế/sự đền bù bồi thường thứ khác tương ứng với nội dung vế trước.

Ví dụ:

1. 맥주를 마시는 대신 차나 한잔 합시다.

   Chúng ta hãy uống trà hay gì đó thay vì uống bia.

2. 전화를 거는 대신 편지를 썼다.

   Tôi đã viết thư thay vì gọi điện.

3. 자동차를 사는 대신 그 돈을 은행에 저금하세요.

   Thay vì mua xe hơi, hãy gửi số tiền đó vào ngân hàng.

4. 회사에 출근을 안 하는 대신 집에서 일을 했다.

   Tuy không đi làm ở công ty, nhưng bù lại, tôi đã làm ở nhà.

5. 일본어 대신에 한국어를 배우겠어요.

   Tôi sẽ học tiếng Hàn thay vì tiếng Nhật.

7. Động từ 은/는 덕분에, Danh từ 덕분에

Ý nghĩa: Nhờ vào, nhờ
Mang nghĩa tích cực, ý chỉ nhờ có ai đó/nhờ có điều gì đó mà có kết quả nào đó.

Ví dụ:

1. 선생님이 도와 주신 덕분에 잘하게 되었어요.

   Nhờ có sự giúp đỡ của giáo viên mà tôi đã trở nên giỏi hơn.

2. 부모님이 걱정해 주시는 덕분에 건강합니다.

   Nhờ ba mẹ lo lắng quan tâm nên tôi mới mạnh khỏe

3. 장학금을 받는 덕분에 계속 공부할 수 있다.

   Nhờ nhận học bổng nên tôi có thể tiếp tục học.

4. 매일 한국어로 일기를 쓰는 덕분에 한국어 실력이 많이 늘었다.

   Nhờ mỗi ngày viết nhật ký bằng tiếng Hàn nên khả năng tiếng Hàn của tôi đã tăng lên nhiều.

5. 우리가 성공한 것은 당신의 조언 덕분입니다.

   Thành công của chúng tôi là nhờ vào lời khuyên của bạn.

8. Động từ 는 데 (에) 좋 다/나쁘다,

Danh từ 데 (에) 좋 다/나쁘다

Ý nghĩa: Tốt cho/xấu cho cái gì
Diễn đạt cách thể hiện cái gì đó là tốt/xấu cho cái gì đó.

Ví dụ:

1. 빨리 요리하는 데 전자레인지가 좋 아요.
   Lò vi sóng tiện cho việc nấu ăn nhanh.

2. 국수를 먹는 데에 나무 젓가랏이 좋 아요.
   Đũa gỗ thích hợp để ăn phở.

3. 한국어만 말하는 것은 한국어를 배우는데 좋 다.
   Chỉ nói bằng tiếng Hàn tốt cho việc học tiếng Hàn.

4. 아침에 일에 집중하는데 커피가 제일 좋 아요 .
   Cà phê là tốt nhất cho việc tập trung làm việc vào buổi sáng .

5. 머리 아픈 데에는 이 약이 좋 아요.
   Thuốc này tốt cho bệnh đau đầu.

6. 건강 지키는 데에 흡연이 나빠요.
   Hút thuốc có hại cho sức khỏe.

9. Động từ 는 바람에 ...

Ý nghĩa: Do, tại, bởi vì...

Hành động, sự việc có gắn 는바람에 là lý do, cơ hội, nguyên nhân cho hành động, sự việc khác xảy ra. Thường vế sau là một kết quả mang ý nghĩa phủ định hoặc không tốt và được dùng ở dạng quá khứ.

Ví dụ:

1. 가게 문을 닫는 바람에 물건을 못 샀어요.
   Do cửa hàng đóng cửa nên tôi không thể mua đồ.

2. 아이들이 하도 조르는 바람에 그 장난감을 사 주고 말았어요.
   Do mấy đứa trẻ đòi mãi nên cuối cùng tôi phải mua món đồ chơi đó.

3. 갑자기 출장가는 바람에 약속을 못 지켰어요.
   Do lịch đi công tác đột xuất nên tôi không thể giữ lời hứa.

4. 뛰어오다가 넘어지는 바람에 다리를 다쳤다.
   Đang chạy thì ngã nên chân bị thương.

5. 친구가 와서 노는 바람에 숙제를 못 했어요.
   Bạn đến chơi nên tôi đã không thể làm bài tập.

10. Động/Tính từ (으)ㄹ걸요

Ý nghĩa: Có lẽ là, chắc là

Dùng để diễn đạt phán đoán, nhận định, cảm nhận của người nói, cũng có thể dùng để giải thích.

Ví dụ:

1. 그 책은 외국 학생이 읽기에 좀 어려울걸요.

   Chắc là quyển sách đó khó đọc với học sinh nước ngoài.

2. 이 바지에는 검은색보다 흰색 셔츠가 더 잘 어울릴걸요.

   Có lẽ cái áo sơ mi trắng phù hợp với cái quần này hơn là màu đen.

3. 김 선생이 댁에 안 계실걸요.

   Chắc là thầy Kim không có ở nhà.

4. 그 사람은 도착했을까요? – 아마 도착했을걸요.

   Anh ta tới nơi chưa nhỉ? – Chắc đã tới rồi.

5. 지금 집에 있는지 전화해 보세요. – 아마 떠났을걸요.

   Hãy gọi điện xem bây giờ anh ấy có ở nhà không? – Có lẽ đã đi rồi.

11. Động/Tính từ 은/ㄴ/는데요

Ý nghĩa: Cơ mà, rồi cơ mà, làm sao đây.
Dùng diễn tả ý định đối ngược hoặc giải thích một việc gì, trình bày một suy nghĩ nào đó và cần sự hồi âm/trả lời của người nghe.

Ví dụ:

1. 우산을 가지고 가세요. – 비가 그쳤는데…

   Hãy mang theo ô nhé. – Mưa đã tạnh rồi mà… (thế thì còn mang làm gì).

2. 영희 씨 있으면 좀 바꿔 주세요. – 그 분은 지금 자리에 없는데요.

   Nếu có Young Hee thì chuyển máy giúp tôi. – Cô ấy bây giờ không có ở đây (giờ anh định làm sao đây?)

3. 단풍이 참 아름다운데요…

   Cây phong lá đỏ thật là đẹp… (mình có kế hoạch gì nữa không).

4. 이번 학기에는 장학금을 꼭 받아야 하는데…

   Học kỳ này nhất định tôi phải nhận học bổng… (cảm nhận, suy nghĩ).

5. 인터넷으로 사귄 사람인데…

   Đó là người tôi quen qua mạng… (giải thích).

12. Động từ 는가 보다,

Tính từ (으)ㄴ가 보다,

Danh từ 인가보다

Ý nghĩa: Hình như là/có vẻ như là/chắc là…
Diễn đạt sự quan sát một sự việc nào đó, lấy điều đó xem xét, suy đoán hành động hay trạng thái khác.

Ví dụ:

1. 시험에 너무 신경을 쓰는가 봐요.

   Hình như cậu ấy quá quan tâm đến kỳ thi thì phải.

2. 아직까지 안 들어오는 것을 보니 술을 마시나 봐요.

   Anh ấy vẫn chưa về, chắc hôm nay đi uống rượu rồi.

3. 저 사람들은 부부가 아닌가 봐요.

   Hình như họ không phải là vợ chồng.

4. 내가 자꾸 물어보니까 귀찮은가 봐.

   Tôi hỏi không ngừng nên hình như anh ta khó chịu.

5. 애기가 우는 걸 보니 불편한가 봐요.

   Em bé cứ khóc mãi, có vẻ như là nó khó chịu.

13. Tính từ 은/ㄴ가요?

Động từ 나요?

Ý nghĩa: Không, phải không, ư, hả, sao?
Đặt ở cuối câu dùng để hỏi một cách nhẹ nhàng xem có phải một sự vật, sự việc có tính chất như thế hay không?

Ví dụ:

1. **이 옷이 이렇게 비싼가요**?
   Áo này đắt thế ư?

2. **이 김치가 매운가요**?
   Kimchi này cay không?

3. **이 약이 좋은가요**?
   Thuốc này tốt không?

4. **한국어를 공부하나요**?
   Anh học tiếng Hàn phải không?

5. **지금 밥을 먹나요**?
   Bây giờ anh đang ăn cơm ư?

14. Động từ (으)나 마나

Ý nghĩa: Dù không…thì cũng, dù có hay không thì cũng…

Là dạng rút gọn của 말으나 trong trợ động từ 지말다 để diễn tả sự phủ định dùng khi thực hiện hay không thực hiện hành động nào đó, lý do là vì người nói đã biết nội dung câu chuyện.

Ví dụ:

1. 그 사람 이야기는 들으나 마나 자기 자랑입니다.

   Không nghe anh ta nói thì cũng biết anh ta đang khoe khoang thôi.

2. 이 장미는 보나 마나 김선생이 보냈을 거예요.

   Không nhìn cũng biết hoa hồng này là do ông Kim đã gửi tặng.

3. 입어 보나 마나 확실히 잘 어울릴 거야.

   Không mặc thì cũng biết là cái áo này nó phù hợp mà.

4. 계산해 보나 마나 네가 틀렸어요.

   Không cần tính cũng biết là em đã sai rồi.

5. 물어 보나 마나 그 사람은 결혼했어요.

   Không cần hỏi cũng biết người đó đã kết hôn rồi.

15. Danh từ (이)라도

Ý nghĩa: Dù là..., cho dù..., ... đỡ, Dù... cũng được

Dùng khi diễn tả sự lựa chọn nào đó tuy không là tốt nhất nhưng cũng tạm ổn, tối thiểu hay ít nhất.

Thường dùng sau 아무(것), 누구, 무엇, 어디, 언제, 어느.

Ví dụ:

1. 점심을 먹을 시간이 없으면 빵이라도 먹어요.
   Nếu không có thời gian ăn trưa thì ăn bánh mì cũng được.

2. 빨간색 볼펜이 없으면 검은색 볼펜이라도 주세요.
   Nếu không có bút màu đỏ thì cho tôi bút màu đen cũng được.

3. 집이 너무 멀어서 중고차라도 한대 사야겠어요.
   Nhà xa quá, chắc tôi phải mua một chiếc xe, dù là xe cũ.

4. 그렇게 쉬지 않고 일만 하면 어떻게 해요? 여기 앉아서 잠깐이라도 좀 쉬세요.
   Không nghỉ ngơi mà cứ làm việc thế này thì sao được? Thôi ngồi đây rồi nghỉ một lát đi.

5. 영수 씨는 무슨 일이라도 할 수 있는 사람이에요.
   Yeongsu là người có thể làm (dù là) bất cứ việc gì.

16. Danh từ (이)야말로

Ý nghĩa: "Chính...là…; Chính là..."
Dùng khi xác nhận, nhấn mạnh một người, một vật nào đó giữa một loạt các thứ khác.

Ví dụ:

1. 건강을 지키는 데 운동이야말로 가장 중요한 것이라고 생각해요.

   Tôi nghĩ trong việc giữ gìn sức khỏe thì chính tập thể dục là điều quan trọng nhất.

2. 다른 곳도 많지만 한국 민속촌이야말로 한국의 전통 모습을 보기에 제일 좋은 곳이에요.

   Có nhiều chỗ nhưng phải là làng dân tộc Hàn Quốc mới là nơi tốt nhất để tìm hiểu hình ảnh truyền thống của Hàn Quốc.

3. 사랑이야말로 결혼 생활에서 가장 중요한 것이라고 생각해요.

   Tôi cho rằng tình yêu là điều quan trọng nhất trong cuộc sống hôn nhân.

4. 할아버지야말로 제가 가장 존경하는 분이세요.

   Ông chính là người mà tôi tôn kính nhất.

5. 제주도야말로 한국을 대표하는 관광지예요.

   Đảo Jeju chính là điểm du lịch tiêu biểu (đại diện) cho Hàn Quốc.

17. Danh từ 같이

Ý nghĩa: "Giống như, như là"
Dùng để diễn tả hành động, sự việc nào đó giống hoặc tương đồng về tính chất hay vẻ bề ngoài với hành động, sự việc đã đề cập trước đó.

Có thể hoán đổi cho 처럼.

Ví dụ:

1. 그 남자가 가수같이 노래를 잘해요.
   Anh ấy hát hay như ca sĩ vậy.

2. 남 씨가 영화배우같이 잘생겨요.
   Nam đẹp trai như diễn viên điện ảnh.

3. 하영 씨는 천사같이 착해요.
   Hayeong tốt bụng như thiên thần.

4. 우리는 가족같이 친해요.
   Chúng tôi thân như người trong gia đình.

5. 네 남자 친구가 코미디언같이 재미있어요.
   Bạn trai của bạn vui tính như diễn viên hài.

18. 거든(요)

Ý nghĩa: vì....mà, là vì, là do

Dùng khi đáp lại câu hỏi hoặc khi người nói muốn đưa ra ý kiến, lý do mà người nghe chưa biết tới, xem như một lời giải thích.
Chỉ sử dụng trong văn nói, không sử dụng trong văn viết.
Cách sử dụng này cũng có thể biểu đạt một ý nghĩa nữa rằng phần đối thoại vẫn chưa kết thúc.

- Thì quá khứ: Động/Tính từ 았/었거든요

- Thì hiện tại: Động/Tính từ 거든요

- Thì tương lai: Động/Tính từ (으)ㄹ 거거든요

- Thì quá khứ: Danh từ 였거든요/ N 이었거든요

- Thì hiện tại: Danh từ (이)거든요

Ví dụ:

1. **가: 자야 씨, 오늘도 그 식당에 가려고요?**

   Jaya này, hôm nay bạn lại định đi đến nhà hàng đó à?

   나: 네, 거기가 정말 맛있거든요. 마크 씨도 같이 갈래요?

   Ừ, vì ở đó đồ ăn ngon mà. Mark cũng cùng đi chứ?
   (Giải thích vì quán này ngon nên đến)

2. **가: 오늘 왜 그렇게 피곤해 보여요?**

   Sao hôm nay trông bạn có vẻ mệt thế?

   나: 어제 영화를 보느라고 잠을 못 잤거든요.

   Hôm qua tôi xem phim nên không ngủ được.
   (Giải thích lí do không ngủ được vì mãi xem phim nên mới dẫn đến kết quả mệt)

3. **가: 제주도에 갔을 때 한라산에 올라가셨어요?**

   Bạn có leo núi Halla khi bạn đến đảo Jeju không?

나: 아니요, 못 갔어요. 날씨가 안 좋았거든요

Không, tôi không đi được vì thời tiết xấ.

4. **저 요즘 태권도를 배우러 다니거든요. 태권도를 배우니까 몸도 건강해지는 것 같아요.**

Dạo này tôi đi học Taekwondo. Học Taekwondo nên tôi thấy cơ thể có vẻ khỏe lên.

5. **가: 요즘 비가 정말 자주 오네요.**

Dạo này mưa nhiều quá.

나: 요즘 장마철이거든요. 한 달 동안은 계속 올 거예요.

Dạo này mùa mưa mà. Mưa sẽ tiếp tục trong suốt một tháng.

19. Động từ 게 되다

Ý nghĩa: Bị, được, trở nên, trở thành

Dùng khi diễn tả sự thay đổi trạng thái của tình huống nào đó do tác động của hoàn cảnh thay đổi, không phải là mong muốn của chủ thể.

Thường đi với các phó từ như 결국, 마침내, 드디어 hoặc với hình thức hoàn thành 었.

Ví dụ:

1. 가: 요즘 일찍 일어나요?

   Dạo này bạn dậy sớm à?

   나: 네, 회사에 다닌 후부터 일찍 일어나게 되었어요.

   Ừ, từ khi đi làm tôi đã dậy sớm.

2. 가: 영화배우 장동건 씨를 알아요?

   Bạn biết diễn viên điện ảnh Jang Dong-gun không?

   나: 한국에 오기 전에는 몰랐는데 한국에 와서 알게 되었어요.

   Trước khi đến Hàn Quốc thì không biết, nhưng đến Hàn Quốc rồi thì tôi đã biết.

3. 옛날에 축구를 싫어했는데 남자친구가 생기고 나서부터 축구를 좋아하게 되었습니다.

   Trước đây tôi không thích bóng đá nhưng từ khi có bạn trai thì tôi (trở nên) thích bóng đá.

4. 출장을 가기 싫었는데 사장님의 명령 때문에 출장을 가게 되었어요.

   Tôi không thích đi công tác nhưng do yêu cầu của giám đốc nên tôi đi.

5. 매운 음식을 못 먹었는데 한국에 와서 먹게 되었어요.

   Tôi đã không thể ăn được món cay, nhưng đến Hàn Quốc rồi tôi đã ăn được.

20. Động/Tính từ 는/(으)ㄴ/(으)ㄹ + 대로

Ý nghĩa: Theo, giống
Diễn tả động tác phía sau được thực hiện như động tác phía trước, hoặc ngay sau khi động tác phía trước xảy ra.
Trường hợp dùng với nghĩa "với vẻ giống như động tác hay trạng thái phía trước" thì dùng được với cả động từ lẫn tính từ.

Trường hợp "lúc sự việc nào đó xảy ra" thì chỉ dùng dưới dạng 는대로.

Ví dụ:

1. 선생님이 부르시는 대로 받아 썼어요.
   Tôi đã viết chính tả như thầy đọc.

2. 하라는 대로 하겠어요.
   Chúng tôi sẽ làm như yêu cầu.

3. 생각한 대로 말해 봐요.
   Hãy nói theo suy nghĩ.

4. 어떻게 해도 좋으니 하고 싶은 대로 하세요.
   Làm sao cũng được, hãy làm theo điều mình muốn.

5. 도착하는 대로 편지를 드리겠습니다 .
   Ngay khi tới nơi con sẽ viết thư.

21. Động/Tính từ 더라고(요)

Ý nghĩa: Thì, thì thấy

Dùng trong văn nói để diễn đạt lại một việc đã trải qua trong quá khứ đồng thời xác nhận, giải thích, cảm nhận về một sự việc. Có thể gắn vĩ tố chỉ thì 았/었/였, 겠 trước 더.

Trường hợp gắn vĩ tố 더 nhớ lại tình huống đã hoàn thành.

Ví dụ :

1. 건물 안은 시원해도 밖은 굉장히 덥더라고요.
   Dù trong tòa nhà mát mẻ nhưng bên ngoài rất nóng

2. 언니는 여행을 갔다 올때는 꼭 선물을 주더라고.
   Chị đi du lịch về thường hay mua quà.

3. 결혼식에서 보니 신부가 굉장히 미인이더라고.
   Ở đám cưới, cô dâu thật là xinh đẹp.

4. 영희 씨한테서 메시지가 왔더라고.
   Có tin nhắn từ Yeonghee gửi đến.

5. 어제 날씨가 춥더라고요.
   Hôm qua trời lạnh.

22. Động/Tính từ 더라도

Ý nghĩa: Dù, dù là, có đi nữa

Diễn đạt giả định vế trước không ảnh hưởng, không liên quan đến sự việc ở vế sau.

Ví dụ:

1. 화가 나더라도 참으세요.

   Dù giận cũng hãy chịu đựng nhé.

2. 문제가 쉽더라도 잘 생각해서 대답하세요.

   Dù câu hỏi dễ cũng hãy suy nghĩ rồi mới trả lời.

3. 실패하더라도 기회는 또 있으니까 문제 없어요.

   Dù thất bại nhưng vẫn còn cơ hội nên không sao cả.

4. 내일은 무슨 일이 었더라도 지각하면 안 돼.

   Ngày mai dù có việc gì đi nữa cũng không được trễ.

5. 어렵더라도 끝까지 포기하지 말고 노력하세요.

   Dù khó khăn cũng đừng từ bỏ mà hãy nỗ lực đến cùng nhé.

23. Động từ 던 + Danh từ

Ý nghĩa: Từng là, đã từng

Dùng để diễn tả điều mình đã chứng kiến, cảm nhận hay đã trải qua, đang xảy ra, hoặc thường xuyên xảy ra trong quá khứ. Nếu nói về quá khứ, thì có thể việc đó đang được thực hiện chưa hoàn thành.

Thường được ghép với những trạng từ thời gian trong quá khứ như 어제, 아까, 지난 번에… Trường hợp người nói nhớ lại hành động mang tính thói quen của chủ ngữ trong quá khứ. Thường đi với 자주, 여러번….

Ví dụ:

1. 배가 고파도 하던 일은 끝내고 나갑시다.
   Dù có đói bụng thì cũng hãy hoàn tất việc làm dở rồi hãy về.

2. 남이 먹던 음식을 어떻게 먹어요?
   Làm sao ăn được thức ăn người khác đã ăn chứ?

3. 오빠가 쓰던 가방을 내가 써요.
   Tôi dùng túi xách mà anh tôi từng dùng.

4. 이 것은 새 옷이 아니고 입던 옷이에요?
   Đây không phải là áo mới mà là áo từng mặc à?

5. 내 용돈을 대 주시던 할아버지가 돌아가셨습니다.
   Người ông hay cho tiền tôi tiêu vặt đã qua đời rồi.

24. Động/Tính từ 던가(요)?

Ý nghĩa: Có phải là đã… phải không, … không nhỉ, … ư?
Là hình thức đặt câu hỏi để người nghe nhớ lại điều mình đã trải nghiệm trong quá khứ xem có đúng hay không? Có thể dùng với 았/었/였; 겠.

Ví dụ:

1. 아이가 공부를 하던가?
   Bé học bài phải không?

2. 축구 시합에서 우리 팀이 이기던가요?
   Đội ta đã thắn trong trận bóng đấu bóng đá phải không?

3. 부모님께서도 건강하시던가요?
   Bố mẹ anh khỏe cả chứ?

4. 제가 그런 나쁜 말을 했던가요?
   Tôi đã nói những lời xấu xa đó sao?

5. 약속 시간까지 짐을 옮길 수 있겠던가요?
   Có thể chuyển hành lý đến trước giờ hẹn không ?

25. Động/Tính từ (으)ㄴ/는 척하다

Ý nghĩa: Giả vờ, ra vẻ

Dùng miêu tả một hiện tượng mà bề ngoài không giống với bản chất.

[1] **Động từ** 는 척하다 [2] **Tính từ** (으)ㄴ척하다 [3] **Danh từ** 인 척하다

Ví dụ:

1. 회사 일로 바쁜 척하고 가지 않았어요. 사실 너무 피곤해서 집에서 쉬고 싶었거든요.

   Tôi giả vờ bận việc công ty để không đi. Nhưng thật ra là vì quá mệt nên chỉ muốn ở nhà nghỉ ngơi.

2. 민호야, 공부하는 척하지 말고 나와서 통닭 먹고 해라.

   Min Ho à, đừng giả vờ học nữa ra ăn gà rán nè.

   - 알았어요, 엄마. 그런데 제가 공부하는 척하는 거 어떻게 알았어요 ?

   Dạ con biết rồi mẹ. Nhưng sao mẹ biết con giả vờ học?

3. 오늘 모임에 가기 싫어서 아픈 척하는 거예요.

   Hôm nay không thích đi họp nhóm nên giả vờ bệnh ấy mà.

4. 민수는 학교에 가기 싫은 날에는 아픈 척한다.

   Ngày nào mà Minsu không muốn đi học là giả vờ đau.

5. 미나야 , 설거지 좀 도와 달라고 몇 번이나 말했는데 못 들은 척하니 ?

   Mi Na, chị đã nói tới mấy lần là nhờ em rửa bát giùm mà em giả vờ không nghe hả?

26. Động từ 는 통에, Danh từ 통에

Ý nghĩa: Vì, do...
Diễn đạt một sự nguyên nhân gây ra một sự việc/kết quả nào đó.

Ví dụ:

1. 아이들이 시끄럽게 떠드는 통에 못 들었어요.
   Vì bọn trẻ làm ầm ĩ nên không nghe được.

2. 쉬고 싶었지만 아이들이 하도 조르는 통에 할 수 없이 야구장에 갔다 왔습니다.
   Tôi muốn nghỉ ngơi nhưng vì bọn trẻ đòi quá không còn cách nào khác nên đã đi đến sân bóng chày.

3. 전쟁 통에 가족과 헤어진 사람들이 많아서 그래요.
   Vì chiến tranh nên mới nhiều người bị chia cách với gia đình như vậy.

4. 어젯밤에 위층에서 하도 쿵쿵대는 통에 밤새 잠을 설쳤어요.
   Đêm qua cứ chập chờn không ngủ được vì nhà ở tầng trên cứ lộp cộp suốt cả đêm.

5. 눈이 많이 오는 통에 비행기의 출발이 지연됐어요.
   Vì tuyết rơi nhiều nên chuyến bay đã bị hoãn lại.

27. Động/Tính từ (으)ㄴ/는 편이다

Ý nghĩa: Thuộc dạng

Một hiện tượng nào đó xảy ra có tính chất thường xuyên, hoặc một chủ thể mang một tính chất nào đó là chủ yếu hay theo chiều hướng nào đó.

Hay dùng với các từ 잘, 많이, 빨리, 자주...

[1] **Động từ** 는 편이다 [2] **Tính từ** (으)ㄴ편이다

Ví dụ:

1. **저는 아무거나 다 잘 먹는 편이에요.**

   Tôi thuộc mẫu người cái gì cũng ăn được.

2. **요즘 룸메이트의 코고는 소리 때문에 잠을 잘 못 자는 편이에요.**

   Gần đây vì tiếng ngáy của anh bạn cùng phòng nên mình không tài nào ngủ được.

3. **저는 원래 땀을 많이 흘리는 편이에요.**

   Vốn dĩ tôi hay ra nhiều mồ hôi.

4. **저는 좀 뚱뚱한 편이니 약간 날씬해 보이는 옷이 좋겠어요.**

   Tôi hơi tròn tròn nên có cái áo nào mặc mà nhìn gầy một chút thì hay hơn.

5. **저는 매운 음식을 좋아해요. 그래서 음식을 맵게 먹는 편이에요.**

   Tôi thích món cay. Vì thế thường ăn những món khá cay.

28. ĐỘNG TỪ 는 한

Ý nghĩa: Nếu, với điều kiện là...

Sử dụng khi đưa ra một giả định, giả thuyết để thực hiện hành động ở phía sau.

Ví dụ:

1. 아버지, 저희의 결혼을 허락 주십시오.

   Ba, cho phép tụi con làm đám cưới đi.

   - 내가 살아 있는 한 절대로 허락할 수 없어.

   Tôi còn sống thì không bao giờ cho phép.

2. 편입 시험을 합격하지 않는 한 학부에 진학할 수 없어요. 그러니까 열심히 공부하세요.

   Nếu không đậu kỳ thi chuyển trường thì không thể lên lớp được. Vì thế hãy học hành chăm chỉ nhé.

3. 가 : 은주 씨 중국에서 공부하고 있는 우리 딸 좀 잘 부탁드립니다.

   Chị Eun Ju, nhờ chị giúp đỡ cho đứa con gái của tôi đang học ở Trung Quốc nha.

   - 나: 제가 중국에 있는 한 걱정하지 마세요.

   Nếu tôi còn ở Trung Quốc thì anh/chị không cần phải lo.

4. 가 : 요즘 취직하기가 힘들다면서요?

   Nghe nói dạo này khó xin việc lắm hả?

   나: 네, 하늘에 별 따기예요. 하지만 능력이 있는 한 누구나 가능성이 있습니다.

   Vâng, khó như hái sao trên trời vậy. Nhưng nếu người nào có năng lực thì hoàn toàn có khả năng.

5. 이 일은 내가 있는 한 계속 하고 싶어요.

   Việc này, nếu tôi còn ở đây thì tôi vẫn muốn tiếp tục làm.

29. ĐỘNG TỪ 는 한편

Ý nghĩa: Một mặt, mặt khác
Cấu trúc thể hiện hai vế có ý nghĩa đối lập, hoặc bổ sung thêm, hoặc khác nhau.

Ví dụ:

1. 나는 평소에는 컴퓨터로 메일을 보내는 한편 가끔 손으로 쓰는 편지도 보낸다.

   Thường thì tôi gửi mail bằng máy tính nhưng đôi khi tôi cũng gửi bằng thư viết tay.

2. 승규는 공부를 열심히 하는 한편 운동도 게을리하지 않는다.

   Seung Kyu không chỉ học hành chăm chỉ mà còn chăm chỉ vận động.

3. 정부는 학교 근처의 소음 공해 실태를 조사하는 한편 방음벽 설치 등의 방안을 모색하는 중이다.

   Chính phủ đang điều tra tình hình thực tế về ô nhiễm tiếng ồn ở gần trường, mặt khác cũng đang tìm phương án lắp đặt tường cách âm.

4. 나는 학당에서 한국어를 가르치는 한편 내 인터넷 가게도 경영한다.

   Tôi không chỉ dạy tiếng Hàn ở trung tâm, mặt khác còn bán hàng trên mạng.

5. 그녀는 아이를 돌보는 한편 한국어를 공부해요.

   Cô ấy vừa chăm sóc trẻ, vừa học tiếng Hàn nữa.

30. ĐỘNG/TÍNH TỪ 길래

Ý nghĩa: vì, do

Giải thích nguyên nhân, lý do cho vế sau. Thường dùng trong văn nói, vế đầu thể hiện lý do vế sau là kết quả.

Ví dụ:

1. 맛있어 보였길래 너 주려고 사 왔다.

   Nhìn có vẻ ngon nên mình đã mua đến cho bạn.

2. 날씨가 덥길래 창문을 열었어요.

   Trời nóng nên tôi đã mở cửa sổ.

3. 어제 강남에 갔길래 이 물건들을 구입했어요.

   Hôm qua đi Gangnam nên tôi đã mua mấy món đồ này.

4. 돈이 무엇이길래 사람들이 그렇게 집착하는 걸까요?

   Tiền là gì mà người ta cứ để ý nó tới vậy nhỉ?

5. 무슨 시장이길래 단지 몇 사람만 드문드문 있는가?

   Chợ gì mà chỉ có lác đác mấy người vậy nhỉ?

31. ĐỘNG TỪ 은/는 김에

Ý nghĩa: Nhân dịp, sẵn tiện...

Cách diễn đạt nhân cơ hội thực hiện hành động phía trước thì thực hiện luôn hành động phía sau.

Ví dụ:

1. 마트에 가는 김에 과자를 좀 삽시다.

   Nhân tiện đi siêu thị, mình mua thêm ít bánh kẹo đi.

2. 이왕 한국어를 공부하는 김에 한국 역사도 공부하고 싶어요.

   Nhân tiện học tiếng Hàn nên tôi muốn học lịch sử Hàn Quốc luôn thể.

3. 오랜만에 만난 김에 식사나 하자.

   Lâu ngày mới gặp, mình đi ăn cơm đi.

4. 떡 본 김에 제사 지낸다고 속초에 온 김에 회나 먹고 갑시다.

   Như câu "tiện có bánh bánh Tteok[1] nên làm lễ cúng", hay sẵn dịp được đến Sokcho mình ăn gỏi rồi hãy đi.

5. 배고픈 김에 생각지도 않고 막 먹어 버렸지.

   Đang đói bụng nên không nghĩ gì cứ thế ăn thôi.

---

[1] Bánh gạo nếp truyền thống của Hàn Quốc.

32. CẤU TRÚC -는/ㄴ다고 하다

Ý nghĩa: Nói là...

Câu dùng để kể, trần thuật, trích dẫn lại lời mà người khác đã nói (ngôi thứ 3) với người nghe (ngôi thứ 2).

[1] Hiện tại: Động từ 는/ㄴ다고

[2] Quá khứ: Động từ 았/었/였다고 하다

[3] Tương lai: Động từ 겠다고 하다

Ví dụ:

1. 영수에게서 들었는데 내일 축제 때 인기 가수가 온다고 해요.

   Tôi nghe Yeongsoo nói là ở lễ hội có ca sĩ nổi tiếng đến đấy.

2. 한국에서는 설날 아침에 어른들께 세배를 하고 떡국을 먹는다고 합니다.

   Nghe nói ở Hàn Quốc thì sáng ngày Tết, họ chúc tết người lớn và ăn canh bánh nếp nữa.

3. 어머니께서도 항상 제 생각을 하신다고 하셨습니다.

   Mẹ nói là mẹ cũng luôn nghĩ đến tôi.

4. 어제 우리 남자친구는 한국에 유학가겠다고 했어요.

   Hôm qua bạn trai tôi nói là anh ấy sẽ đi du học Hàn Quốc.

5. 아까 이 대리님은 사장님이 나가셨다고 하셔서 저는 이 대리님께 보고를 했어요.

   Lúc nãy trợ lý Lee nói giám đốc ra ngoài rồi nên tôi đã báo cáo với trợ lý Lee.

33. CẤU TRÚC 은/는다고(요)?

Ý nghĩa: Anh nói là... ư/phải không?

Đuôi câu hỏi dùng để lặp lại lời người khác vừa nói với ý xác nhận hoặc chất vấn khi nghe không rõ. Cũng có thể dùng trong trường hợp không đồng ý với người nói.

Ví dụ:

1. 네? 어디에 가신다고요?
   Sao? Anh nói anh đi đâu ạ?

2. 신입원이 일을 하나도 못 한다고요?
   Anh nói là nhân viên mới không làm được việc gì ư?

3. 이렇게 잘 먹는 아이를 보고 못 먹는다고?
   Em bé nó ăn khỏe như thế này mà nói là nó không ăn được hả?

4. 내가 민수에게 영어를 잘 가르친다고?
   Anh nói tôi dạy tiếng Anh cho Minsoo giỏi hả?

5. 부모님이 지금 서울로 올라가신다고요?
   Anh nói là bố mẹ đang lên Seoul ấy ạ?

34. ĐỘNG TỪ 나보다

Ý nghĩa: có vẻ như, nhìn như là...

Đuôi câu dùng để thể hiện ý dự đoán về người khác dựa trên sự việc hoặc tình huống nào đó xảy ra xung quanh họ. Dự đoán có căn cứ khác với dự đoán chủ quan 것 같다 và không dùng cho chủ thể.

Ví dụ:

1. 사람들이 우산을 쓰고 가요. 밖에 비가 오나 봐요.

   Mọi người che ô đi kìa. Hình như trời mưa thì phải.

2. 저 사람은 아는 것이 참 많아. 책을 많이 읽었나 봐.

   Người đó biết nhiều thứ thật. Có vẻ như đọc rất nhiều sách.

3. 전화를 안 받는 걸 보니 집에 아무도 없나 봅니다.

   Không có ai nghe điện thoại cả. Có vẻ như ở nhà không có ai.

4. 어제 우리 학교의 태권도팀이 다른 학교들과 시합을 했는데 아무 소식이 없더니 졌나 보네요.

   Hôm qua đội Taekwondo trường mình đấu với mấy trường khác mà không thấy tin tức gì. Chắc là thua rồi.

5. 철수는 테니스를 그렇게 잘 치는 걸 보니 아마 많이 연습했나 봐요.

   Cheolsoo chơi T ennis giỏi như vậy có lẽ là luyện tập nhiều lắm.

35. ĐỘNG TỪ 나요?, TÍNH TỪ (으)ㄴ 가요?, DANH TỪ 인가요?

Ý nghĩa: … ư, phải không?

Đuôi câu này tương đương như đuôi câu 요 nhưng chỉ dùng trong văn nói và dùng để hỏi đối phương một cách nhẹ nhàng, tình cảm, lịch sự tôn trọng người nghe

Ví dụ:

1. 재근 씨, 무슨 일이 생겼나요?
   Anh Jae-geun, xảy ra chuyện gì hả anh?

2. 언제 귀국하시나요?
   Khi nào chị về nước ?

3. 백화점에서 그 가방을 샀나요?
   Cậu mua cái túi này ở trung tâm thương mại phải không ?

4. 오늘 남은 일이 많지 않은 것 같은데 꼭 야근해야 하나요?
   Việc còn lại hôm nay không nhiều mà nhất định phải tăng ca sao?

5. 잡안일을 하면서 아이들을 돌보기만 해도 많이 힘들 텐데 회사일까지 해야 하나요?
   Vừa làm việc nhà lại còn chăm mấy đứa trẻ thôi cũng đủ vất vả rồi mà chị phải làm cả việc công ty nữa sao ?

36. ĐỘNG TỪ 다가 보면

Ý nghĩa: Nếu (liên tục) làm gì đó… thì…
Nếu hành động của vế trước cứ lặp đi lặp lại nhiều lần thì sẽ có một kết quả nào đó xảy ra, vế sau thường là một dự đoán.

다가 có thể được rút gọn thành 다.

Ví dụ:

1. **사람이 살다가 보면 예상하지 못했던 일들이 많이 일어난다.**

   Sống rồi mới thấy có nhiều việc không thể ngờ xảy ra.

2. **이 책을 읽다가 보면 옛날 사람들의 생활과 사고방식에 대해 잘 알게 될 것이다.**

   Nếu đọc cuốn sách này, bạn sẽ biết được về cuộc sống và cách suy nghĩ của người xưa.

3. **그렇게 자기 주장하다가 보면 불이익을 당할 수도 있습니다.**

   Bạn có thể bị thua thiệt nếu cứ khăng khăng ý của mình như thế.

4. **처음엔 적응이 어렵겠지만 꾸준히 노력하다가 보면 차차 적응이 될 것이다.**

   Ban đầu bạn sẽ khó có thể thích ứng nhưng nếu cố gắng đều đặn thì từ từ cũng thích ứng được.

5. **처음에는 서로를 이해하기 어려워도 자주 만나 얘기하다가 보면 서로를 잘 이해하게 될 거예요.**

   Ban đầu có thể khó hiểu nhau, nhưng nếu bạn gặp và nói chuyện thường xuyên sẽ hiểu nhau hơn.

37. ĐỘNG TỪ 다가

Ý nghĩa: Rồi, rồi thì…

Biểu thị một hành động, trạng thái đang diễn ra hoặc đang tiến hành thì bị đứt đoạn, gián đoạn rồi chuyển sang một hành động, trạng thái khác.

Ví dụ:

1. 영화를 보다가 재미 없어서 나왔어요.

   Xem phim nhưng vì phim không thú vị nên tôi đã đi ra ngoài.

2. 하숙집에 살다가 기숙사로 이사했어요.

   Tôi sống ở nhà trọ rồi sau đó chuyển vào ký túc xá.

3. 일을 시작했으면 끝까지 해야지, 하다가 그만두면 되느냐?

   Đã bắt đầu công việc thì phải làm đến cùng chứ, đang làm thì bỏ ngang là sao?

4. 우리는 농구 시합을 하다가 비가 와서 그만 기숙사로 돌아왔어요.

   Chúng tôi đang chơi bóng rổ thì trời mưa nên đành ngưng và quay về ký túc xá.

5. 등잔불이 환하다가 꼈다.

   Cây đèn đang sáng thì tắt.

38. ĐỘNG TỪ 다가는

Ý nghĩa: Nếu cứ (liên tục)… thì…
Diễn đạt giả định rằng vế trước tiếp tục tồn tại thì sẽ có kết quả không tốt ở về sau.

Trước ngữ pháp này thường đi kèm với 이렇게, 그렇게, 저렇게. Thường dùng để cảnh cáo hoặc khuyên nhủ.

Ví dụ:

1. **시간을 낭비하다가는 후회하게 될 거예요.**
   Nếu cứ lãng phí thời gian, bạn sẽ hối tiếc.

2. **그렇게 편식하다가는 영양이 부족해질 거예요.**
   Nếu cứ kén ăn như thế thì bạn sẽ bị thiếu dinh dưỡng.

3. **그렇게 놀기만 하다가는 성적이 떨어지기 쉬워요.**
   Nếu cứ chơi mãi thế thì kết quả học tập dễ đi xuống lắm.

4. **저렇게 계획 없이 살다가는 성공하기 힘들어요.**
   Cứ sống không kế hoạch như thế thì khó mà thành công.

5. **이렇게 돈을 막 쓰다가는 금방 파산할 거예요.**
   Nếu cứ xài tiền như thế thì sẽ sớm phá sản.

39. ĐỘNG/TÍNH TỪ 다시피

Ý nghĩa: Như, theo như…

Gắn vào sau một động từ hoặc tính từ, có chức năng làm trạng ngữ, được dùng với nghĩa hầu như giống với hành động đi trước, hoặc diễn tả sự tái xác nhận.

Ví dụ:

1. **보시다시피 우리가 가진 것은 두 주먹 뿐입니다.**

   Như anh thấy đó, cái mà chúng tôi có chỉ là hai nắm (bàn) tay.

2. **지금 들으시디시피 공장 일은 잘 진행되고 있습니다.**

   Như các quý vị nghe thấy, bây giờ công việc ở nhà máy đang tiến triển tốt đẹp.

3. **보시디시피 요즘은 신문 볼 틈도 없습니다.**

   Như chị thấy đó, gần đây chúng tôi không có thời gian để mà xem báo nữa.

4. **손님도 보시다시피 지금은 주차할 데가 하나도 없어요.**

   Như quý khách cũng thấy, bây giờ không còn một chỗ nào để đậu xe nữa rồi.

5. **그는 늙으신 어머니를 끌어 안다시피 하며 모시고 들어갔습니다.**

   Anh ta đã ôm lấy người mẹ già và đỡ bà vào trong như các bạn thấy đó.

40. ĐỘNG TỪ 는/ㄴ다고 치다, TÍNH TỪ 다고 치다

Ý nghĩa: coi như..., cứ coi như..., giả định rằng...
Nội dung vế trước được thừa nhận, nhưng vế sau sẽ đưa ra ý kiến nhận định nào đó.

Ví dụ:

1. 비행기를 탄다고 쳐도 내일까지는 못 간다.
   Cứ coi như đi bằng máy bay thì ngày mai cũng không đến kịp.

2. 실수를 했다고 치고 기회를 한 번 더 줄 거예요.
   Cứ coi bạn mắc lỗi đi, mình sẽ cho bạn thêm một cơ hội.

3. 영어는 잘 못 봤다고 치고 한국어와 컴퓨터는 어땠어요?
   Coi như là tiếng Anh thi không tốt đi, còn tiếng Hàn với tin học thì như thế nào?

4. 결혼한다고 치자. 그 다음에 어떻게 먹고 사냐?
   Coi như là kết hôn đi. Rồi sau đó làm thế nào để sống?

5. 그 말이 맞다고 쳐요.
   Cứ coi như câu nói đó đúng đi.

41. CẤU TRÚC (ㄴ/는)다니까

Ý nghĩa: Vì nghe nói/người ta nói là… nên…

Là dạng rút gọn của ㄴ/는다고 하다+(으)□까 .

Câu diễn tả nguyên nhân rằng do một điều nào đó được nêu ra nên có sự thay đổi.

Ví dụ:

1. 내일 비가 온다니까 외부 모임을 취소합시다.

   Vì nghe nói là ngày mai trời sẽ mưa nên mình hủy gặp mặt bên ngoài đi!

2. 주말에는 미영씨의 생일인다니까 선물을 준비할래?

   Nghe nói cuối tuần là sinh nhật Mi Young nên mình chuẩn bị quà chứ nhỉ?

3. 이번 시험 문제가 어려운다니까 열심히 공부하자.

   Nghe nói đợt thi này khó nên chúng ta cùng học chăm chỉ nào!

4. 물을 많이 마시면 몸에 좋은다니까 오늘부터 물을 많이 마시세요!

   Nghe nói là uống nước nhiều sẽ tốt cho sức khỏe nên bắt đầu từ hôm nay hãy uống nước nhiều lên!

5. 손님이 많이 온다니까 빨리 준비합시다.

   Nghe nói khách sẽ đến nhiều nên hãy chuẩn bị nhanh lên!

42. CẤU TRÚC (ㄴ/는)다더니

Ý nghĩa: Có nói là… thế mà…

Người nói nhớ lại điều mà mình từng nghe người khác nói.

Là dạng kết hợp giữa vĩ tố kết thúc câu của cách nói gián tiếp với vĩ tố liên kết 더니 là dạng rút gọn của (는/(으)ㄴ)다고 하더니, (느)냐고 라더니, (으)라고 하더니, 자고 하더니(이)라고 하더니.

Ví dụ:

1. **지수가 내 생일 파티에 온다더니 안 왔더라고요.**

   Ji Soo nói sẽ đến dự sinh nhật tôi mà không đến.

2. **오늘 흐리고 비가 온다더니 날씨만 좋네요!**

   Nghe nói là hôm nay trời có mây và có mưa mà sao bây giờ trời vẫn đẹp quá!

3. **미용실에 간다더니 머리 모양이 왜 그대로예요?**

   Nghe nói là đi làm tóc mà sao tóc tai thế này?

4. **외국에 간다더니 왜 지금 여기에 있니?**

   Nghe nói đi nước ngoài rồi mà sao giờ còn ở đây?

5. **이 가게는 오늘 할인한다더니 왜 이렇게 비싸요?**

   Nghe nói cửa hàng này hôm nay giảm giá mà sao vẫn đắt như thế?

43. CẤU TRÚC (ㄴ/는)다더라

Ý nghĩa: Thì ra...
Dùng để kể về một cảm tưởng, một sự thật được hồi tưởng lại trong quá khứ.

Ví dụ:

1. 민석이는 학교 오는 길에 사고가 났다더라. 지금 병원에 있데.
   Min Suk bị tai nạn khi trên đường đi học. Bây giờ đang nằm ở bệnh viện.

2. 엄마가 옛날에 미인인다더라.
   Nghe nói ngày xưa mẹ là một mỹ nhân.

3. 어제 민석 씨는 노래를 잘 부른다더라.
   Hôm qua Min Suk hát hay lắm.

4. 이 계절에 한국은 아름다운다더라.
   Mùa này ở Hàn Quốc thật là đẹp

5. 전에는 고양이 한 마리가 있는다더라.
   Ngày xưa có một con mèo đấy.

44. CẤU TRÚC (ㄴ/는)다면

Ý nghĩa: Nếu…

Nói về một giả thuyết của sự việc đã xảy ra ở quá khứ, và khả năng xảy ra vế trước là gần như không thể xảy ra.

Ví dụ:

1. 장학금을 받는다면 기쁠 텐데…

   Nếu mà được học bổng thì vui lắm…

2. 네가 부지런하다면 벌써 합격했을 거야

   Nếu mà cậu chăm chỉ thì thi đỗ rồi.

3. 저 산이 낮다면 매일 올라가고 싶다.

   Nếu núi ấy mà thấp thì ngày nào cũng muốn leo lên.

4. 그 남자와 헤어지지 않는다면 지금은 얼마나 고생해.

   Nếu không chia tay thì bây giờ anh ấy chắc khổ lắm đây.

5. 시간이 돌아간다면 그 사람을 사랑해.

   Nếu thời gian có quay lại thì sẽ yêu người ấy.

45. CẤU TRÚC (ㄴ/는)다면서(요)?

Ý nghĩa: Nghe nói là….

Được sử dụng khi muốn xác minh và hỏi thăm về việc mà mình nghe được từ người khác nói hoặc đã biết trước đó, chủ yếu dùng trong văn nói, có thể kết hợp với thì quá khứ và tương lai 았/었 và 겠 + 다면서요?

Ví dụ:

1. 다음주에는 미영 씨가 결혼한다면서요?

   Nghe nói tuần sau Mi Young sẽ kết hôn có đúng không?

2. 다음해 진급한다면서요.

   Nghe nói là năm sau cậu sẽ được thăng chức mà.

3. 미영 씨가 요즘 많이 예뻐진라다면서요.

   Nghe nói là dạo này Mi Young đẹp lên nhiều.

4. 시험 문제가 어려운다면서요.

   Nghe nói bài thi khó.

5. 민석 씨는 이번 시험에 100 점을 받는다면서요?.

   Nghe nói Min Seok đạt được 100 điểm thi lần này hả?

46. ĐỘNG TỪ 는 법이다

Ý nghĩa: Điều gì đó là đương nhiên

Dùng khi nói về một sự thật hiển nhiên, một thông lệ, nguyên tắc tự nhiên.

[1] Tính từ (으)ㄴ 법이다, 있다, 없다

[2] Luôn đi với 법이다

Ví dụ:

1. 성격이 좋으면 친구가 많은 법이다.
   Tính cách tốt nên dĩ nhiên sẽ có nhiều bạn.

2. 나이가 들면 흰 머리가 생기는 법이다.
   Nhiều tuổi thì tóc bạc là đương nhiên thôi.

3. 아무리 좋은 사이라도 가끔은 싸우는 법이다.
   Cho dù có thân nhau đến mấy thì thỉnh thoảng cãi nhau cũng là chuyện bình thường.

4. 겨울이 되면 추운 법이다.
   Vào đông thì lạnh là chuyện đương nhiên rồi.

5. 세상에 공짜는 없는 법이다.
   Đương nhiên trên thế giới không có cái gì là miễn phí rồi.

47. ĐỘNG/TÍNH TỪ 은/ㄴ/는/ㄴ/을/ㄹ 탓에

Ý nghĩa: Vì, do…

Cách diễn đạt rằng vì lý do, nguyên nhân tiêu cực nào đó mà dẫn đến kết quả tiêu cực ở vế sau.

Khi 탓 ở giữa câu thì hay đi kèm với 에 và được viết là 탓에, còn khi đứng cuối thì thường đi với 이다 -> 탓이다.

[1] Thì quá khứ ㄴ 탓

[2] Hiện tại 는 탓

[3] Tương lai (phỏng đoán) (으)ㄹ 탓

Ví dụ:

1. **사랑을 받고 못 받고는 제 할 탓이다.**
   Có được yêu quý hay không là do mình hết.

2. **그는 게으른 탓에 승진도 못하고 말았어요.**
   Do anh ta lười nên đã không được thăng chức.

3. **집이 넉넉하지 못한 탓에 대학 갈 기회를 놓치고 말았습니다.**
   Do nhà không dư dả nên đã bỏ lỡ việc lên đại học.

4. **저는 성격이 급한 탓에 실수를 자주 하는 편이에요.**
   Do tính nóng vội nên tôi hay mắc lỗi.

5. **과식을 한 탓에 배가 아파서 병원에 갔다 왔어요.**
   Do ăn nhiều quá, đau bụng nên phải đi bệnh viện.

48. ĐỘNG TỪ 은/ㄴ/는/을/ㄹ 줄 알다/모르다

Ý nghĩa: Biết/ không biết/ không ngờ là…
Nhằm diễn đạt sự ngạc nhiên trái với dự đoán, không biết một sự việc gì đó.

1 Quá khứ (으)ㄴ줄 알다/모르다

2 Hiện tại 는 줄 알다

3 Tương lai (으)ㄹ 줄 알다/모르다

Ví dụ:

1. **사람들이 충효 씨가 떠난 줄 몰라요.**

   Mọi người không biết là Chung Hyo đã ra đi.

2. **비가 온 줄 몰랐어요.**

   Không ngờ trời lại mưa.

3. **친구들은 지금 내가 농담하는 줄 아는구나.**

   Các bạn nghĩ là tôi đang nói đùa.

4. **비가 올 줄 모르고 우산을 안 가지고 왔어요.**

   Không biết sẽ mưa nên đã không đem theo ô.

5. **길이 이렇게 막힐 줄 모르고 늦게 출발했어요.**

   Không nghĩ là đường sẽ tắc như thế này nên đã xuất phát muộn.

49. ĐỘNG TỪ [는/(으)ㄴ/(으)ㄹ] 모양이다

Ý nghĩa: Hình như là, có vẻ như là

Dùng khi người nói muốn đưa ra một nhận định, phán đoán nào đó.

1 Quá khứ (으)ㄴ 모양이다

2 Hiện tại 는모양이다

3 Tương lai (으)ㄹ 모양이다

Ví dụ:

1. 밖에 비가 오는 모양이다.

   Hình như bên ngoài đang mưa.

2. 말하는 걸 보니 교포인 모양이다.

   Thấy kiểu nói chuyện như thế có lẽ là kiều bào.

3. 술 때문에 머리가 아프신 모양이다.

   Hình như đau đầu vì rượu.

4. 아이들이 지루한 모양이니 밖으로 나갑니다.

   Bọn trẻ có vẻ chán, chúng ta hãy ra ngoài thôi.

5. 아직 안 오는 걸 보니, 차가 밀리는 모양입니다.

   Vẫn chưa tới, hình như bị kẹt xe.

50. ĐỘNG TỪ 는 셈이다,

TÍNH TỪ: (으)ㄴ 셈이다

Ý nghĩa: Xem như là, coi như là...
Một sự đánh giá về một kết quả nào đó tuy không hoàn thiện nhưng cũng có xu thế như vậy.

Ví dụ:

1. 지금은 잘 못 마시지만 옛날에 비하면 지금은 술을 잘 마시는 셈이에요.

   Bây giờ tôi không thể uống rượu được nhiều, nhưng nếu so với trước kia xem như là uống tốt.

2. 친구가 많지 않지만 다른 사람들에 비해서 친구가 많은 셈이에요.

   Tôi không có nhiều bạn nhưng so với người khác coi như là nhiều rồi.

3. 일주일에 이틀 정도만 집에 들어가니 밖에서 사는 셈이지요.

   Một tuần chỉ về nhà có hai ngày nên coi như là sống ở ngoài rồi.

4. 친구가 한 명 있었는데 미국으로 이민을 갔으니 이제는 친구가 없는 셈이다.

   Tôi có một người bạn và bạn ấy đã di cư sang Mỹ rồi nên hiện tại xem như tôi chẳng có người bạn nào.

5. 10 명 중에 9 명이 재미있다고 말하니 그 영화는 재미있는 셈이다.

   Trong 10 người thì có đến 9 người nói hay vì thế bộ phim đó được coi như là hay rồi.

51. ĐỘNG TỪ ㄹ 따름이다

Ý nghĩa: Chỉ/duy

Cấu trúc này dùng để thể hiện sự nhấn mạnh một hành động nào đó do một nguyên nhân khác mang lại.

Ví dụ:

1. 그 남자는 조금도 움직이지 않고 하늘만 올려다 볼 따름이었다.

   Anh chàng kia không cử động dù chỉ một chút, anh ta chỉ ngẩng lên nhìn trời thôi.

2. 이런 일이 생겨서, 저희는 정말 당황스러울 따름입니다.

   Chúng tôi thật sự chỉ cảm thấy bối rối vì việc như thế này đã xảy ra.

3. 제가 이 상을 받을 수 있게 도와 주신 모든 분들께 감사할 따름입니다.

   Tôi không có gì ngoài gửi lòng biết ơn đến những người đã giúp đỡ cho tôi nhận được giải thưởng này.

4. 실수을 하나만 했을 따름입니다. 그렇게 낮을 점수를 받을만 한 아닙니다!

   Tôi chỉ mắc một lỗi mà thôi. Tôi không đáng nhận được điểm thấp như thế.

5. 교통사고에 아무도 안 다쳐서 감사할 따름입니다.

   Không ai bị thương trong tai nạn giao thông đó là cảm ơn trời đất lắm rồi.

52. ĐỘNG TỪ/TÍNH TỪ ㄹ/을 수록, DANH TỪ 일수록

Ý nghĩa: Càng…thì/ càng

Tình trạng hay sự biến đổi của vế sau có sự biến đôi hay sự gia tăng lặp lại của vế trước. Có thể dùng "–(으)면 –(으)ㄹ□□" để nhấn mạnh ý càng… càng…

Ví dụ:

1. 잠은 많이 잘수록 더 피곤합니다

   Càng ngủ thì càng mệt hơn.

2. 연습하면 할수록 더 잘할 수 있습니다.

   Càng luyện tập thì càng có thể làm tốt hơn.

3. 급한 일일수록 조심하게 하는게 좋아요.

   Công việc càng gấp thì càng phải làm cẩn thận.

4. 그 일은 생각할수록 이해할 수 없어요.

   Việc đó càng nghĩ càng không thể hiểu nổi.

5. 이 책은 읽을수록 재미있어요.

   Cuốn sách này càng đọc càng hay.

53. ĐỘNG TỪ/TÍNH TỪ ㄹ 리가 없다, DANH TỪ 일 리가 없다

Ý nghĩa: Không lẽ nào/không lý nào
Diễn tả rằng không một sự việc không không có khả năng xảy ra hoặc mình nghi ngờ rằng nó khó có thể thực hiện. Cả câu trần thuật và câu nghi vấn đều diễn tả sự phủ định.

Ví dụ:

1. 휴일인데 준수가 집에 있을 리가 없지요.
   Ngày nghỉ nên không lý nào Junsu lại ở nhà.

2. 그 애가 그런 거짓말을 했을 리가 없어요.
   Không lý nào con bé lại nói dối như thế.

3. 아까 전화한 사람이 준수 씨 동생일 리가 없어요. 그는 동생이 없잖아요.
   Người gọi điện thoại lúc này không lý nào là em của Junsu. Bạn đó không có em mà.

4. 그렇게 책임감이 있는 사람이 포기했을 리가 없다.
   Người có trách nhiệm như vậy không đời nào lại từ bỏ như thế được.

5. 열심히 공부했는데 시험에 떨어질 리가 없다.
   Đã chăm chỉ học nên không lý nào thi trượt được cả.

54. CẤU TRÚC ㄹ뻔하다

Ý nghĩa: Suýt/Xém

Được dùng để diễn tả một việc gì đó không mong muốn suýt chút nữa là xảy ra nhưng may mắn là vẫn chưa xảy ra. Kết thúc luôn luôn ở thì hiện tại và quá khứ.

Ví dụ:

1. 수영을 하다가 갑자기 쥐가 나서 물에 빠질 뻔했다.

   Đang bơi thì đột nhiên bị chuột rút, suýt nữa thì chìm xuống nước.

2. 그 애기가 조심하지 않았으면 넘어질 뻔했어요.

   Nếu đứa trẻ không cẩn thận thì suýt chút nữa đã bị ngã rồi.

3. 늦잠을 자서 지각할 뻔했다.

   Vì ngủ dậy muộn nên suýt đã trễ.

4. 그 애들은 수영을 할 줄 몰라서 익사를 할 뻔했어요.

   Những đứa trẻ đó vì không thể bơi nên suýt nữa thì chết đuối.

5. 일찍 일어나지 않았으면 오늘 오전에 선생님과의 약속을 놓칠 뻔했습니다.

   Nếu không dậy sớm thì suýt nữa đã lỡ hẹn với cô giáo vào buổi sáng hôm nay.

55. CẤU TRÚC ㄹ수가 있다/ㄹ수가 없다

Ý nghĩa: Có thể/không thể
Được sử dụng khi nói về khả năng/không có khả năng làm một việc gì đó.

Ví dụ:

1. 좀 도와줄 수 있나요?

   Bạn có thể giúp tôi một chút được không?

2. 일이 너무 많아서 일찍 퇴근할 수 없어요.

   Vì công việc quá nhiều nên tôi không thể ra về sớm.

3. 그 사람을 믿을 수 없어요.

   Tôi không thể tin tưởng người đó được.

4. 이 시계를 고칠 수 있을까요?

   Anh có thể sửa cái đồng hồ này được không?

5. 한국 사람들은 아주 빠르게 말해서 다 이해할 수 없어요.

   Vì người Hàn Quốc nói quá nhanh nên tôi không thể hiểu hết được.

56. ĐỘNG TỪ 곤 하다

Ý nghĩa: Thường/hay làm gì

Cấu trúc này diễn tả sự việc nào đó thường xuyên xảy ra hoặc hành động nào đó thường xuyên lặp lại. Thường đi với các từ như 곧잘, 가끔. Có thể sử dụng dưới dạng –곤는 하다.

Ví dụ :

1. 가 : 점심인데 김밥 드세요?

   Đến giờ ăn trưa rồi, sao chị lại ăn gimbap thế?

   나 : 네, 시간이 없어서요. 시간이 없을 때는 일하면서 김밥을 먹곤해요.

   Vâng do không có thời gian. Khi bận tôi thường vừa ăn gimbap vừa làm việc.

2. 가 : 인터넷이 참 좋아졌지요?

   Mạng internet ổn chưa?

   나 : 네, 예전에는 인터넷이 갑자기 끊기곤했는데 이젠 그런 일이 거의 없어요.

   Rồi, trước đây thì thường tự dưng hay bị rớt mạng nhưng bây giờ hầu như không bị rớt nữa rồi.

3. 가 : 남편이 집에서 가끔 요리를 하시나요?

   Ông xã bạn có thỉnh thoảng nấu ăn tại nhà không?

   나 : 네, 주말에는 남편이 요리를 하곤해요.

   Có, anh ấy thường nấu ăn vào cuối tuần.

4. 가 : 주말에 뭐 했어요?

Bạn đã làm gì vào cuối tuần?

나 : 친구와 영화를 봤어요. 친구가 영화관련 일을 해서 만나면 영화를 보곤하거든요 .

Tôi đã xem phim với bạn. Vì bạn mình tôi làm công việc liên quan đến phim nên chúng tôi thường xem phim nếu gặp nhau.

5. 방학 때는 시골 할아버지 댁에 자주 가곤했어요.

Vào kỳ nghỉ thì tôi thường về nhà của ông ở quê.

57. TÍNH TỪ/ ĐỘNG TỪ 기 마련이다

Ý nghĩa: Cái gì đó là đương nhiên
Nhằm diễn đạt một sự việc nào đó là điều tất yếu, chắc chắn.

Ví dụ :

1. 누구나 그런 상황에서는 도망치기 마련이다.
   Ở hoàn cảnh đó, ai cũng sẽ chạy trốn thôi (chạy trốn là điều đương nhiên).

2. 값이 비싼 휴대폰은 성능이 좋 기 마련이지.
   Điện thoại đắt tiền thì tất nhiên tính năng tốt rồi.

3. 물건은 오래 쓰면 닳게 마련이다.
   Đồ đạc nếu dùng lâu thì đương nhiên sẽ bị mòn đi.

4. 썩은 국가는 멸망하기 마련이다.
   Một đất nước đã thối nát thì đương nhiên là sẽ diệt vong.

5. 급히 먹는 밥은 체하기 마련이다.
   Ăn nhanh quá thì đương nhiên là sẽ bị nê bụng

59. ĐỘNG TỪ 기 십상이다

Ý nghĩa: dễ làm gì, dễ xảy ra việc gì đó
Diễn đạt một điều gì đó dễ xảy ra hoặc có khả năng cao.

Ví dụ :

1. 생선은 날씨가 더우면 상하기 십상이다.
   Nếu thời tiết nóng thì cá dễ bị hư.

2. 어려운 책을 읽으면 이해하지 않기 십상이다.
   Nếu đọc sách khó thì dễ dẫn đến việc không hiểu.

3. 안전장비를 갖추지 않고 오토바이를 타면 다치기 십상이다.
   Không chuẩn bị các trang bị bảo hộ an toàn giao thông mà lái xe máy thì dễ dẫn đến bị thương.

4. 전문가의 말을 듣지 않으면 실패하기 십상이다.
   Nếu không nghe lời chuyên gia thì dễ thất bại.

5. 여기에서 발을 잘못 다니면 떨어지기 십상이다.
   Ở đây nếu bước nhầm chân thì dễ bị rớt xuống.

60. ĐỘNG TỪ 기 어렵다 / 쉽다

Ý nghĩa: Khó/ dễ làm việc gì đó
Cách diễn đạt rằng một hành động nào đó khó hoặc dễ thực hiện.

Ví dụ:

1. 제 이름은 발음하기 어려워요.

   Tên của tôi phát âm khó.

2. 떡볶이보다 불고기를 만들기 더 어려워요.

   So với ttokbokki thì việc làm bulgogi thì khó hơn.

3. 그의 발음은 분명해서 알아듣기 쉬워요.

   Anh ấy phát âm rõ ràng nên nghe dễ hiểu.

4. 서두르면 실수하기 쉬워요.

   Nếu vội vàng thì dễ mắc sai lầm.

5. 유리컵은 깨지기 쉬우니까 조심히 다루어라.

   Vì ly thủy tinh dễ vỡ nên hãy cẩn thận.

61. ĐỘNG TỪ 아/어 놓다

Ý nghĩa: Sẵn

Được sử dụng khi một hành động nào đó đã được hoàn thành và vẫn giữ nguyên kết quả trạng thái đó đến hiện tại. Tương tự với 아/어 두다.

Ví dụ :

1. **문을 열어 놓으세요.**
   Bạn hãy mở cửa sẵn đi.

2. **방을 청소해 놓았어요.**
   Tôi đã dọn phòng sẵn rồi đấy

3. **불을 놓았어요.**
   Tôi đã bật sẵn đèn rồi.

4. **다음 달에 고향에 돌아가려고 하니까 비행기 표를 예약해 놓았어요.**
   Vì tháng tới tôi định về quê nên vé máy bay đã đặt mua sẵn rồi.

5. **이 사람이 편지를 써 놓았습니다.**
   Người này đã viết thư sẵn rồi.

62. ĐỘNG/TÍNH TỪ 아/어서 그런지

Ý nghĩa: Không biết có phải vì thế hay không mà…

Dùng để diễn đạt một cách giải thích nào đó mà người nói cũng hoàn toàn không chắc chắn lắm.

[1] Danh từ (이)라서 그런지

[2] Quá khứ 아/어서 그랬는지

Ví dụ :

1. **날씨가 추워서 그런지 밖에 사람이 없는 것 같아요.**

   Không biết có phải thời tiết lạnh hay không mà dường như không có ai ở bên ngoài.

2. **바빠서 그런지 만날 수 없어요.**

   Không biết có phải bận hay không mà không gặp được.

3. **칭찬을 받아서 그런지 기분이 좋 아요.**

   Không biết có phải là được khen hay không mà cảm thấy vui vẻ.

4. **져서 그랬는지 기운이 없어요.**

   Có phải vì thua hay không mà xuống tinh thần quá

5. **병이 심해서 그랬는지 수술을 받았어요.**

   Không biết có phải là vì bệnh nặng hay không mà anh ấy phải mổ.

63. DANH TỪ 에 관해(서) ĐỘNG TỪ

Ý nghĩa: Liên quan đến, đối với...

Tương tự 에 대해(서)

Cách diễn đạt một động tác/hành động có liên quan đến một đối tượng cụ thể nào đó.Nếu trước và sau đều là danh từ, thì nó là một cấu trúc định ngữ.

Danh từ 에 관한 danh từ

Ví dụ :

1. **한국 문화에 관한 책들을 구할 수 있을까요**?

   Tôi có thể mua những cuốn sách nói về văn hóa Hàn Quốc được không?

2. **그 사람에 관한 소식을 들었지요**?

   Anh nghe tin tức liên quan về người đó rồi đúng không?

3. **이 문제에 관해 듣고 싶어요**.

   Tôi muốn nghe câu trả lời liên quan đến vấn đề này.

4. **전통 악기에 관해서 가르쳐 주세요**.

   Hãy dạy cho tôi về nhạc cụ truyền thống.

5. **할아버지와 아버지는 정치 문제에 관해서 이야기합니다**.

   Ông và ba đang nói chuyện liên quan đến vấn đề chính trị.

64. DANH TỪ 에 대해(서) ĐỘNG TỪ.

Ý nghĩa: về, đối với
Khi muốn diễn tả một hành động hướng tới một đối tượng cụ thể nào đó.
Danh từ 에 대한 danh từ

Ví dụ:

1. **저는 한국 사람의 풍습에 대해서 잘 알고 싶어요.**
   Tôi muốn biết rõ về phong tục của người Hàn Quốc.

2. **저는 한국의 경제 문제에 대한 논문을 썼어요.**
   Tôi đã viết bài luận về kinh tế Hàn Quốc.

3. **저는 컴퓨터에 대해서 잘 몰라요.**
   Tôi không biết nhiều về máy tính.

4. **그 문제에 대해서 설명해 주세요.**
   Xin hãy giải thích về vấn đề đó.

5. **민수 씨는 프랑스의 대학교에 대해 이야기했습니다.**
   Bạn Min Soo đã nói chuyện về trường đại học của Pháp.

65. ĐỘNG TỪ 자

Ý nghĩa: Hãy cùng, cùng… nhé

Dùng khi đề nghị/rủ rê ai cùng làm một việc nào đó với mình. Đây là hình thức không tôn trọng dùng cho người nhỏ tuổi hoặc bằng mình, cách nói không tôn kính của 읍시다/ㅂ시다.

Ví dụ :

1.이번 주말에 영화를 보러 같이 가자.
Cuối tuần này cùng đi xem phim đi.

2.다음에 커피나 한잔 하자.
Lần tới uống cà phê nhé.

3.빨리 가자.
Đi nhanh nào.

4.한국어를 공부하자.
Học tiếng Hàn nhé.

5.기차로 가자.
Mình đi bằng tàu hỏa đi.

66. DANH TỪ 처럼, ĐỘNG TỪ + ㄴ/은/는 것처럼

Ý nghĩa: như, giống như…

Đây là cách diễn đạt so sánh rằng ngang bằng.

Ví dụ :

1.한국 사람처럼 한국어를 잘 해요

Giỏi tiếng Hàn như người Hàn Quốc vậy.

2.가수처럼 노래를 잘 해요

Anh ấy (cô ấy) hát hay như ca sĩ vậy.

3.여름처럼 꽃이 한창이다.

Những bông hoa nở rộ giống như vào mùa hè vậy.

4.언니처럼 동생도 불어를 잘 해요.

Em cũng nói tiếng Pháp giỏi như chị gái.

5.시를 잘 쓰는 것처럼 그림도 잘 그린다.

Anh ấy vẽ giỏi cũng không kém gì làm thơ cả.

67. DANH TỪ 치고(는)

Ý nghĩa: So với... thì.../ở mức độ thế thì coi như là
Sử dụng để so sánh với mức tiêu chuẩn chung hoặc thông thường.

Ví dụ :

1. 혼자 한 것치고 아주 잘했어요

Làm một mình như vậy là tốt rồi.

2.겨울 날씨치고 따뜻하네요.

Thời tiết mùa đông mà thế này là ấm.

3.외국 사람치고 한국어 발음이 좋은 편이에요.

Là người nước ngoài, phát âm tiếng Hàn như vậy là thuộc diện giỏi.

4.초보자치고 꽤 운전을 잘 하시는군요.

Người mới học lái xe mà lái như vậy là khá tốt rồi.

5.여름날치고는 덥지 않은 셈이다.

Mùa hè thế mà (hôm nay) lại không nóng lắm.

68. ĐỘNG TỪ 기 위해(서), DANH TỪ 위해(서)

Ý nghĩa: Để, vì, nhằm…
Mệnh đề thứ nhất thể hiện mục đích của hành động được thực hiện ở mệnh đề thứ hai.

Ví dụ:

1. **저는 건강을 지키기 위해서 매일 운동을 합니다.**
Tôi tập thể dục hằng ngày để giữ gìn sức khỏe.

2. **이번 주말에 여행을 가기 위해서 비행기 표를 예약했어요.**
Tôi đã đặt trước vé máy bay để đi du lịch vào cuối tuần này.

3. **돈을 벌기 위해서 아르바이트를 찾고 있어요.**
Tôi đang tìm công việc làm thêm để kiếm tiền.

4. **나는 조깅을 하기 위해서 운동화를 샀어요.**
Để đi bộ, tôi đã mua một đôi giày thể thao.

5. **외국인을 돕기 위해 한국 정부가 많이 노력을 하고 있다.**
Chính phủ Hàn Quốc đang nỗ lực nhiều nhằm giúp đỡ những người nước ngoài.

69. ĐỘNG TỪ 기는 하지만

Ý nghĩa: Tuy… nhưng…

Diễn tả sự đồng tình trước một sự thật, ý kiến được nêu ra trước đó nhưng vẫn đưa ra ý kiến riêng hay sự phủ định của người nói ở mệnh đề thứ hai.

Trước 기는 không chia thì mà chia ở động từ 하다 phía sau.

1 Quá khứ -기는 했지만

2 Hiện tại -기는 하지만

3 Tương lai -기는 하겠지만

Ví dụ:

1. **한국어 공부가 어렵기는 하지만 참 재미있어요.**

   Việc học tiếng Hàn khó thì khó đó nhưng rất thú vị.

2. **방이 깨긋하기는 하지만 크지 않아요.**

   Phòng sạch thì có sạch nhưng không được lớn.

3. **밥을 먹기는 했지만 아직 배가 고파요.**

   Tuy đã ăn cơm rồi nhưng bụng vẫn đói.

4. **구두를 신기는 하지만 운동화를 더 좋아해요.**

   Tuy tôi mang giày tây nhưng tôi vẫn thích giày thể thao hơn.

5. **내일 비 오기는 오겠지만 자전거 타고 학교로 가겠어요.**

   Ngày mai trời sẽ mưa nhưng tôi vẫn sẽ đi học bằng xe đạp.

70. ỘNG/TÍNH TỪ 기는(요)

DANH TỪ (이) 기는요

Ý nghĩa: Có gì đâu, thường
Diễn tả ý ngược lại hoặc phản đối ý kiến của đối phương. Cũng có thể dùng để diễn đạt khiêm tốn trước lời khen. Chủ yếu dùng trong đối thoại. Có thể rút gọn thành 긴요.

Ví dụ:

1. 가: 바쁜가 봐요. Hình như bạn bận.

나: 바쁘기는요. Có bận gì đâu mà.

2. 가: 너 졸았지? Bạn ngủ gật phải không?

나: 졸기는요. Ngủ gật đâu mà ngủ gật.

3. 가: 많이 다쳤나 봐요? Bạn bị thương nặng phải không?

나: 다치기는요. Bị thương đâu mà bị thương.

4. 가: 한국말 참 잘하시네요. Bạn giỏi tiếng Hàn thật nha.

나: 잘하기는요. Giỏi gì đâu.

5. 가:이 책을 다 읽었어요?

Bạn đọc sách xong chưa?

나: 다 읽기는요? 책을 읽는 것을 시작하지도 않았어요!

Xong đâu mà xong? Mình còn chưa bắt đầu đọc!

71. ĐỘNG/TÍNH TỪ 기만 하면 (되다)

Ý nghĩa: Chỉ cần… là được
Được sử dụng với ý nghĩa kêu gọi thực hiện hành động nào đó.

Ví dụ:

1. 책을 한 번 읽기만 하면 돼요.
   Bạn chỉ cần đọc cuốn sách này một lần là được.

2. 이것을 보내기만 하면 돼요.
   Chỉ cần gửi cái này là được.

3. 나한테 말하기만 하면 돼요.
   Bạn chỉ cần nói với tôi là được.

4. 나가기만 하면 돼요.
   Chỉ cần đi ra ngoài là được.

5. 물어보기만 하면 돼요.
   Chỉ cần hỏi thử là được.

72. ĐỘNG TỪ/TÍNH TỪ (으)ㄹ 뿐(만) 아니라

Ý nghĩa: Không những … mà còn…
Thể hiện ý nghĩa bổ sung thêm một giá trị, hành động ngoài tình trạng, hiện tượng đã nêu trước đó.

Ví dụ:

1. 가. 한국 여름은 무척 덥다지요?

   Mùa hè ở Hàn Quốc nghe nói nóng lắm phải không?

   더울 뿐만 아니라 비도 많이 와요.

   Không chỉ nóng mà cũng mưa nhiều nữa.

2. 가. 그 식당 음식 값이 싸다지요?

   Nghe nói đồ ăn ở nhà hàng đó rẻ lắm phải không?

   나. 쌀 뿐만 아니라 아줌마도 친절해요.

   Không chỉ rẻ mà cô chủ cũng thân thiện nữa.

3. 가. 요즘 하는 일이 아주 재미있다지요?

   Nghe nói công việc gần đây rất thú vị phải không?

   나. 재미있을 뿐만 아니라 돈도 많이 받아요.

   Không chỉ thú vị mà cũng nhận nhiều tiền nữa.

4. 가. 새로 이사온 집이 어때요?

   Nhà mới chuyển đến như thế nào?

   나. 깨끗할 뿐만 아니라 학교에서 아주 가까워요.

   Không chỉ sạch mà cũng rất gần trường.

5. 가. 지금 다니는 회사가 어때요?

   Công ty mà bây giờ đang đi làm thì như thế nào?

   나. 월급이 많을 뿐만 아니라 사장님도 좋 으세요.

   Không chỉ lương cao mà giám đốc cũng tốt nữa.

73. ĐỘNG/TÍNH TỪ(으)ㄹ 뿐이다:

Ý nghĩa: Chỉ, chỉ là

Diễn đạt tính chất chỉ đơn thuần có mỗi đặc trưng, sự vật gì đó hoặc nhân vật sự việc sự vật nào đó là duy nhất.

Động từ, tính từ không có patchim -ㄹ 뿐이다 (자다 -> 잘 뿐이다).

Động từ, tính từ có patchim -을 뿐이다 (읽다 -> 읽을 뿐이다).

Ví dụ:

1. **가도 가도 산만 보일 뿐이다.**
   Đi mãi đi mãi cũng chỉ nhìn thấy núi mà thôi.

2. **나는 당신 말만 믿을 뿐입니다.**
   Tôi chỉ tin lời anh thôi

3. **저는 사실을 얘기할 뿐이에요.**
   Tôi chỉ nói sự thật thôi.

4. **일주일에 그 사람을 한두 번 만날 뿐이다.**
   Một tuần tôi chỉ gặp anh ấy 1-2 lần.

5. **드라마에서만 서울을 봤을 뿐이에요.**
   Tôi chỉ mới được thấy Seoul trên phim.

74. ĐỘNG/TÍNH TỪ-(으)ㄹ정도이다

Ý nghĩa: Đến mức độ
Dùng để thể hiện một mức độ nào đó có tính so sánh, có thể là so sánh với vế trước.

Ví dụ:

1. **가: 마이클 씨가 한국말을 그렇게 잘해요?**

   A: Michael giỏi tiếng Hàn như vậy hả?

   나: 한국 사람이라고 생각될 정도로 잘해요.

   B: Giỏi đến mức cứ nghĩ là người Hàn.

2. **가: 지난 겨울에 눈이 많이 왔다지요.**

   A : Nghe nói tuyết rơi nhiều vào mùa đông rồi.

   나: 네, 자동차가 못 다닐 정도로요.

   B: Vâng, đến độ xe không thể di chuyển được.

3. **가: 낙지볶음이 어땠어요?**

   A: Món bạch tuộc xào sốt cay như thế nào?

   나: 너무 매워서 눈물이 날 정도였어요

   B: Cay đến nỗi chảy nước mắt luôn.

4. **가: 추석에는 고속도로가 많이 막히나요?**

   A: Dịp Trung thu đường cao tốc kẹt xe nhiều lắm hả?

   나: 차가 너무 많아서 100m 가는 데 10 분이나 걸릴 정도예요.

   B : Quá nhiều xe đến mức đi 100 mét là mất khoảng 10 phút.

5. **너무 많이 웃어서 배가 아플 정도예요.**

   Tôi cười nhiều đến mức đau bụng.

75. ĐỘNG TỪ (으)ㄹ 지경이다

Ý nghĩa: Đến nỗi, đến mức

Diễn đạt một hiện tượng, trạng thái, động tác nào đó quá mức độ thông thường.

Động từ, tính từ không có patchim	ㄹ 지경이다
Động từ, tính từ có patchim	을 지경이다

Ví dụ:

1. **너무 많이 걸어서 까무러칠 지경이다.**
   Đi bộ nhiều đến mức muốn xỉu.

2. **그 사람이 보고 싶어서 미칠 지경이다**
   Nhớ người đó đến mức phát điên.

3. **시험이 어려워서 눈물이 날 지경이다**
   Bài thi quá khó đến mức tôi muốn khóc.

4. **친구는 계속 잘 달렸지만 나는 힘들어서 죽을 지경이다.**
   Bạn thì vẫn tiếp tục chạy còn tôi thì mệt muốn chết đi được.

5. **너무 많이 먹어서 배가 터질 지경이에요.**
   Ăn quá nhiều đến mức muốn bể bụng.

76. ĐỘNG/TÍNH TỪ (으)ㄴ/는 걸 보니(까)

Ý nghĩa: Nhìn thấy… thì chắc là…

Diễn đạt rằng sau khi quan sát một sự việc nào đó rồi đưa ra một phỏng đoán, dự đoán nào đó.

Ví dụ:

1. 먼지가 많이 쌓인 걸 보니 안 쓴 지 오래 됐나 봐.
   Thấy có nhiều bụi hình như lâu rồi không sử dụng.

2. 란 씨가 이렇게 서두르는 걸 보니 아주 급한 일인가 봐.
   Thấy Lan vội vàng như vậy dường như là có việc rất gấp.

3. 얼굴이 울상인 걸 보니 일이 잘 안 된 모양이에요.
   Thấy khuôn mặt mếu máo thế hình như công việc không được tốt.

4. 옷을 다리는 걸 보니까 외출하려나 봐요.
   Thấy đang ủi quần áo hình như định đi ra ngoài.

5. 사람들이 짐을 싸는 걸 보니까 이사하려나 봐요.
   Thấy mọi người đang gói ghém hành lý hình như định chuyển nhà.

77. ĐỘNG/TÍNH TỪ (으)ㄴ/는 데다가

Ý nghĩa: Không những, thêm vào đó

Diễn tả hành động hay trạng thái tiếp theo nhưng có mức độ bổ sung, tăng thêm thêm vào hành động hay trạng thái trước đó, vế sau thường có 도.

Ví dụ:

1. 요즘은 입맛이 없는 데다가 소화도 안 돼요.
   Dạo này không muốn ăn, thêm vào đó là ăn không tiêu.

2. 밥을 먹은 데다가 떡을 먹어서 배가 불러요.
   Đã ăn cơm mà còn ăn bánh gạo nữa nên no.

3. 열이 많은 데다가 기침도 해요.
   Sốt cao mà lại thêm ho nữa.

4. 공부를 잘하는 데다가 운동도 잘 해요.
   Không những học giỏi mà còn chơi thể thao giỏi nữa

5. 하숙비가 싼 데다가 방도 깨끗해요.
   Phí nhà trọ rẻ mà phòng cũng sạch sẽ.

78. DANH TỪ 만큼

ĐỘNG TỪ (으)ㄴ/는 만큼

Ý nghĩa: bằng, ngang, như
Diễn đạt mức độ so sánh bằng, tương tự, tương đương.

Ví dụ:

1. 어머니 사랑은 바다만큼 넓어요.
   Tình yêu của mẹ rộng lớn như biển khơi.

2. 동생도 언니만큼 귀여워요.
   Đứa em cũng dễ thương như chị.

3. 네가 하는 만큼 나도 할 수 있어.
   Tôi cũng có thể làm như bạn làm.

4. 다른 사람이 마시는 만큼 나도 술을 마셨어요.
   Tôi cũng uống bia như người khác uống vậy.

5. 그 분이 아시는 만큼 나도 미술에 대해서 알아요.
   Tôi cũng am hiểu về nghệ thuật như ông ấy.

79. ĐỘNG/TÍNH TỪ (으)ㄴ/는 반면(에)

Ý nghĩa: Trái, trái với, ngược với.. là.

Diễn đạt nội dung tương phản lẫn nhau, có thể là một mặt tiêu cực và một mặt tích cực.

Ví dụ:

1. 말하기와 듣기는 쉬운 반면에 읽기와 쓰기는 어려웠어요.

   Môn nói và nghe dễ nhưng ngược lại môn đọc và viết khó.

2. 월급은 많이 주는 반면에 일이 많아요.

   Công việc được trả lương cao nhưng nhiều việc.

3. 그 회사 제품은 가격이 비싼 반면에 품질이 좋아요.

   Sản phẩm của công ty đó đắt nhưng ngược lại chất lượng tốt.

4. 그 여자는 예쁜 반면 속이 좁아요.

   Cô gái đó đẹp nhưng bụng dạ hẹp hòi.

5. 백화점은 시장에 비해 물건값이 비싼 반면에 쇼핑하기가 편한 것 같아요.

   Ở siêu thị giá hàng hóa đắt so với chợ nhưng ngược lại có vẻ mua sắm tiện lợi.

80. ĐỘNG TỪ (으)ㄹ까 봐(서)

Ý nghĩa: E rằng, sợ rằng, lo rằng
Diễn tả một lo ngại về một điều gì đó. Có thể dùng thì quá khứ trước cấu trúc.

Ví dụ:

1. 결혼식날 비가 올까 봐 걱정했어요.
   Tôi lo ngày cưới có mưa.

2. 할머니는 아기가 넘어질까 봐 쩔쩔매십니다.
   Bà lo đứa bé bị ngã nên trông rất bối rối.

3. 어른 앞에서 실수할까 봐 얼마나 긴장했는지 몰라요.
   Tôi rất căng thẳng vì sợ sai sót trước mặt người lớn.

4. 음식이 적을까 봐 더 시켰더니 남았구나.
   Tôi sợ thức ăn thiếu nên gọi thêm thì lại thừa.

5. 우리를 떼어 놓고 떠났을까 봐 마음을 졸였어요.
   Tôi rất lo lắng vì sợ mọi người bỏ chúng tôi đi.

81. ĐỘNG TỪ (으)ㄹ까 하다/싶다

Ý nghĩa: Định/hình như

Nói lên kế hoạch hay dự định không xác định và hoàn toàn có thể thay đổi. Không dùng với mệnh lệnh, đề nghị.

Ví dụ :

1. 이번 학기에는 탈춤을 배울까 합니다.
   Học kỳ này tôi định học múa mặt nạ.

2. 생일에는 친구들을 집으로 초대할까 해요.
   Tôi định chiêu đãi bạn bè tại nhà vào dịp sinh nhật.

3. 우리는 바람이나 쏘일까 하고 공원으로 갔다.
   Chúng tôi đi đến công viên hóng gió.

4. 철수가 올까 하고 밖에서 기다렸다.
   Chắc Cheolsu sẽ đến nên tôi đã chờ ở bên ngoài.

5. 오늘은 날씨가 좋을까 해서 빨래를 해요.
   Chắc hôm nay thời tiết tốt nên tôi giặt quần áo.

6. 나는 혹시나 늦을까 싶어 택시를 타기로 했다
   Tôi sợ là mình sẽ đến muộn nên đã đi taxi tới

82. ĐỘNG/TÍNH TỪ (으)ㄹ뿐더러

Ý nghĩa: không những… mà còn…
Diễn tả ý bổ sung thêm so với mức độ cho vế trước .

Tương tự: -뿐(만) 아니라; -(으)ㄴ/는 □다□

Ví dụ:

1. 그 선수는 개인 기술이 좋을 뿐더러 정신력도 강합니다.

Tuyển thủ đó, không những kỹ thuật cá nhân tốt mà tinh thần cũng rất mạnh mẽ.

2. 신인 가수는 노래를 잘 불렀을 뿐더러 춤 솜씨도 대단했습니다.

Cô ca sĩ mới không những có kỹ thuật cá nhân tốt mà nhảy cũng rất giỏi.

3. 그 그림은 연구실 분위기에 안 어울릴 뿐더러 좀 작지 않아요?

Chẳng phải bức tranh đó không những không hợp với không khí của phòng nghiên cứu mà có nhỏ quá không ?

4. 노인은 운동 신경이 둔할 뿐더러 일에 대한 의욕도 없습니다.

Người già không những thần kinh vận động chậm chạp mà ham muốn đối với công việc cũng chẳng có.

5. 반도체 산업은 전망이 밝을 뿐더러 투자 가치도 있다.

Ngành công nghiệp bán dẫn không những có triển vọng sáng sủa mà còn có giá trị đầu tư.

83. – (으)면 – (으)ㄹ수록

Ý nghĩa: càng... càng...

Cùng một động từ được lặp lại hai lần, diễn tả sự lặp lại hành động nhiều lần, từ đó phát hiện ra một kết quả nào đó.

Có thể dùng riêng –(으)ㄹ수록.

Ví dụ :

1. 한국말을 배우면 배울수록 더 재미있어요.
   Tiếng Hàn càng học càng thú vị.

2. 수수께기가 어려우면 어려울수록 잘 생각해야 해요.
   Câu đố càng khó lại càng phải suy nghĩ thật kỹ.

3. 그 일은 생각하면 생각할수록 분한 생각이 들어요.
   Càng nghĩ đến việc đó càng thấy giận.

4. 일은 안 하면 안 할수록 속임수가 나는 법입니다.
   Càng không làm việc thì lại càng hay nghĩ ra những chiêu trò.

5. 이 그림은 보면 볼수록 깊은 맛이 있습니다.
   Bức tranh này càng xem càng có ý sâu sắc.

84. ĐỘNG TỪ (으)려면

Ý nghĩa: Nếu muốn làm gì đó thì…

Diễn đạt một giả định rằng nếu muốn thực hiện hành động nào đó thì cần phải có một điều kiện nào đó. Là dạng rút gọn của cấu trúc (으)려고 하면, và thường vế sau kết hợp với cấu trúc 아/어야 하다.

Ví dụ:

1. 김 선생님을 만나려면 학교에 가 보세요.
   Nếu muốn gặp thầy Kim thì hãy đến trường.

2. 비행기 표를 예매하려면 어떻게 해야 합니까?
   Nếu muốn mua trước vé máy bay thì phải làm như thế nào?

3. 제 시간에 도착하려면 지금 빨리 출발해야 해요.
   Nếu muốn đến đúng giờ thì bây giờ phải xuất phát nhanh.

4. 한국 신문을 읽으려면 한자를 읽을 줄 알아야 해요.
   Nếu muốn đọc báo Hàn Quốc thì phải biết đọc chữ Hán.

5. 문법을 안 잊으려면 자주 연습해야 해요
   Nếu muốn không quên ngữ pháp thì phải luyện tập thường xuyên.

85. DANH TỪ (으)로 인해(서)

Ý nghĩa: Vì, bởi, do...

Là dạng kết hợp giữa trợ từ (으)로 với động từ 인하다, danh từ phía trước là nguyên nhân làm xuất hiện kết quả ở vế sau.

Ví dụ:

1. 국회의원의 부동산 투기 사건으로 인해서 세상은 발칵 뒤집혔다.

   Thế gian đảo lộn do vụ việc đầu cơ bất động sản của nghị sĩ quốc hội.

2. 대기업들의 무분별한 수입으로 인해서 금년은 무역적자를 면치 못 할 것이다.

   Năm nay chắc sẽ không tránh khỏi thâm hụt thương mại do nhập khẩu bừa bãi của các doanh nghiệp lớn.

3. 개인 기업체의 임원들은 과중한 업무로 인해서 건강을 해친다고 한다.

   Lãnh đạo của doanh nghiệp dân doanh cho rằng họ bị tổn hại sức khỏe do công việc quá nhiều.

4. 쓸데없는 말한마디로 인해서 싸움이 시작된 것이다.

   Cuộc gây gổ bắt đầu bởi lời nói không đâu.

5. 교민들은 지진으로 인해서 많은 재산상의 피해를 보았다.

   Các kiều bào bị thiệt hại nhiều về tài sản do trận động đất.

86. DANH TỪ (으)로(서)

Ý nghĩa: Với tư cách là...
Diễn tả danh từ phía trước là đối tượng có tư cách/phương tiện/công cụ nào đó. Có trường hợp tỉnh lược đi 서.

Ví dụ:

1. 이것은 회화책으로서 아주 좋습니다
   Sách này rất tốt để làm sách hội thoại.

2. 학생으로서 해야 할 일이 무엇입니까?
   Việc phải làm của học sinh là gì?

3. 이 약수는 마시는 물로서 적당하지 않습니다
   Nước khoáng này không thích hợp làm nước uống.

4. 나는 부모로서의 책임을 다하려고 노력하고 있습니다
   Tôi đang nỗ lực để làm tròn trách nhiệm cha mẹ.

5. 그는 선장으로서 배가 가라앉는 것을 보고만 있을 수 없었습니다
   Anh ấy với tư cách là thuyền trưởng không thể chỉ nhìn con tàu đắm.

87. ĐỘNG TỪ (으)며

Ý nghĩa: và, còn, rồi, vừa... vừa...

Diễn tả sự liệt kê hai hành động hay trạng thái trở lên.

Gắn vào sau động từ, tính từ, vị từ 이다 để nối liền vế trước với vế sau.

Ví dụ:

1. 현재 그 집 부모는 서울에서 살며 아이들은 미국에서 산다.
   Hiện tại cha mẹ nhà đó sống ở Seoul còn các con sống ở Mỹ.

2. 신랑은 키가 크며 체격이 좋은 편이다.
   Chú rể cao và thân hình cũng thuộc dạng đẹp.

3. 저는 문을 열며 아이들을 불렀어요.
   Tôi mở cửa rồi gọi bọn trẻ.

4. 급한 것이 아니니까 놀며 천천히 해요.
   Vì không phải là việc gấp nên tôi vừa chơi vừa từ từ làm.

5. 그녀는 직장 생활을 하며 아이들을 키웠어요.
   Cô ấy vừa đi làm vừa nuôi con.

88. ĐỘNG TỪ (으)면 되다

Ý nghĩa: Chỉ cần, nếu... thì được/thì tốt
Diễn tả một sự việc gì đó được phép hoặc đã thỏa mãn một điều kiện nào đó.

Ví dụ:

1. 며칠 약을 먹고 푹 쉬면 돼요.

   Uống thuốc và nghỉ ngơi thoải mái mấy ngày là được.

2. 이름을 쓰고 조금 기다리면 돼요.

   Viết tên rồi đợi một chút là được.

3. 자기전에 따뜻한 우유를 한잔 마시면 돼요.

   Trước khi ngủ uống một ly sữa ấm sẽ rất tốt.

4. 좀 더 짧게 자르면 돼요.

   Cắt ngắn thêm chút nữa là được.

5. 요금은 다음 주말까지 내면 돼요.

   Tiền phí thì đến cuối tuần sau đóng là được.

89. ĐỘNG/TÍNH TỪ 았/었/였더라면

Ý nghĩa: Nếu mà đã… thì đã…

Là ngữ pháp dùng để thể hiện một giả định cho một việc đã xảy ra trong quá khứ, có khi có ý tiếc nuối vì đã không xảy ra hoặc không làm, vế sau hay đi cùng với 을/ㄹ 거예요; 을/ㄹ 것이다.

Ví dụ:

1. 비가 안 왔더라면 등산 하러 갔을 거예요.

   Nếu trời không mưa thì có lẽ tôi đã đi leo núi rồi.

2. 동료의 도움이 없었더라면 일을 제시간에 끝나지 못 했을 걸요.

   Nếu không có sự giúp đỡ của đồng nghiệp thì có lẽ tôi đã không thể hoàn thành công việc đúng thời hạn.

3. 마지막에 안 넘어졌더라면 신기록을 세울 수 있었을 거예요.

   Nếu cuối cùng tôi không bị ngã thì có thể lập được kỷ lục mới rồi.

4. 키가 조금만 더 컸더라면 농구 선수가 될 수 있을 텐데요.

   Nếu cao thêm một chút nữa thì có lẽ tôi có thể trở thành cầu thủ bóng rổ rồi.

5. 일찍 출발했더라면 기차를 놓치 지 않았을 텐데

   Nếu xuất phát sớm thì chắc tôi đã không bị lỡ chuyến tàu.

90. ĐỘNG/TÍNH TỪ 았/었/였던 것 같다

Ý nghĩa: hình như đã
Thể hiện sự hoài nghi phỏng đoán về sự việc mà người nói đã từng biết hoặc trải qua.

Ví dụ:

1. 작년 겨울은 이번 겨울보다 더 추웠던 것 같아요.
   Mùa đông năm ngoái dường như lạnh hơn mùa đông năm nay.

2. 아이 무릎에서 피가 나요. 어디서 넘어졌던 것 같아요.
   Đầu gối của em bé chảy máu. Dường như đã bị té ở đâu đó.

3. 지연 씨 눈을 보니까 울었던 것 같은데요. 무슨 일이 있었어요?
   Nhìn mắt Ji Yeon thì dường như Ji Yeon đã khóc. Đã có chuyện gì sao?

4. 자동차 상태를 보니까 사고가 났던 것 같아요.
   Nhìn tình trạng của chiếc ô tô thì dường như đã xảy ra tai nạn.

5. 그 가방은 명품인가 봐요. 쇼핑몰에서 샀던 것 같아요.
   Chiếc túi đó chắc là hàng hiệu. Hình như cô ấy (anh ấy) đã mua ở trung tâm mua sắm.

91. ĐỘNG/TÍNH TỪ 았/었/였다

Ý nghĩa: đã...

Là ngữ pháp biểu hiện tính từ, động từ ở dạng quá khứ, dùng nhiều trong văn viết.

Ví dụ:

1. 나는 대학원에 진학하기로 결심했다.
   Tôi đã quyết định học lên cao học.

2. 친구들과 커피를 마신 후에 옷가게를 구경했다.
   Sau khi uống cà phê cùng với bạn tôi đã xem cửa hàng quần áo.

3. 나는 여친에게 영화를 보러 가자고 했다.
   Tôi đã rủ bạn gái cùng đi xem phim.

4. 10 년 전의 이날에 나는 고등 학생이었다.
   Ngày này 10 năm trước tôi đã là học sinh cấp 3.

5. 나는 여행사에 전화를 걸어서 제주도행 비행기 표가 얼마냐고 물어봤다.
   Tôi gọi điện thoại cho công ty du lịch, hỏi vé đi đảo Jeju giá bao nhiêu.

92. ĐỘNG/TÍNH TỪ + 았/었으면 하다

Ý nghĩa: Giá như, ước gì

Dùng để diễn tả điều người nói mong muốn, ao ước, hy vọng xảy ra, một sự việc nào đó mà chưa thực hiện được ở hiện tại.

Ví dụ:

1. 내년 한국에 여행 갈 수 있었으면 해요.
   Ước gì năm sau tôi có thể đi du lịch Hàn Quốc.

2. 그 남자를 다시 만나지 않았으면 해요.
   Hy vọng là sẽ không gặp lại người đàn ông đó.

3. 평화로운 세상이 되었으면 합니다.
   Mong muốn thế giới hòa bình.

4. 모든 일들이 원만하게 해결 되었으면 합니다.
   Mong rằng mọi việc được giải quyết một cách ổn thỏa.

5. 이번 설날에 할머니는 우리와 함께 보냈으면 합니다.
   Ước gì Tết năm nay bà ở cùng chúng tôi.

93. ĐỘNG TỪ (ㄴ/는)다니(요)?

Động từ có patchim 는다니

Động từ không có patchim ㄴ다니

Ý nghĩa: Là sao, ư, mà lại ư?
Diễn đạt sự nghi ngờ, ngạc nhiên, không tin tưởng hoặc không đồng ý bằng dùng cách dẫn lời nói của người khác.,Không phải là cách nói tôn kính.

Ví dụ :

1. 존슨 씨가 이제 술을 끊는다니?
   Nghe nói Johnson bỏ rượu ư?

2. 철수가 왜 빵을 안 먹는다니?
   Cheolsu không ăn bánh là sao?

3. 그 맛없는 음식을 먹다니 정말 배가 고팠나 봐.
   Ăn cả cái món ăn không ngon đó như thế chắc là họ đói bụng lắm.

4. 그런 사람을 믿다니 이해하기 힘드네요.
   Đi tin người như thế, thật là khó hiểu.

5. 앞으로 술을 안 마신다니 믿어봅시다.
   Anh ta nói là từ nay không uống rượu nữa, chúng ta tin thử tin xem nào.

94. ĐỘNG/TÍNH TỪ (는)구나

Động từ + 는 구나

Tính từ + 구나

Ý nghĩa: Thì ra, ôi, thì là
Dùng để thể hiện sự cảm thán về một sự việc mới mẻ mình mới biết. Không phải là cách nói tôn kính, dùng để nói với chính bản thân hoặc với bạn bè, người thân.

Ví dụ :

1. 와! 지금 밖에 눈이 오는구나.
   Wow, bây giờ bên ngoài tuyết đang rơi!

2. 아이가 우유를 혼자서도 잘 먹는구나.
   Hóa ra em bé một mình cũng uống sữa giỏi quá.

3. 너희들 또 싸우는구나.
   Mấy đứa lại đánh nhau đấy hả?

4. 와! 산 경치가 정말 좋구나.
   Oa, cảnh núi đẹp quá!

5. 아이가 참 예쁘구나.
   Em bé đẹp quá!

95. ĐỘNG/TÍNH TỪ (는) 군요

Động từ +는 군요

Tính từ +군요

Ý nghĩa: Ôi, thật là

Dùng để thể hiện sự cảm thán, ngạc nhiên, bất ngờ về một sự việc mới mẻ mà mình mới biết.

Ví dụ :

1. **세월이 빠르기도 하군요**.

   Thời gian trôi qua nhanh thật.

2. **철수가 책을 잘 읽는군요**.

   Cheoulsu đọc sách giỏi quá.

3. **비가 제법 많이 오는군요**.

   Mưa rơi khá nhiều.

4. **그는 늦는군요**. **우리 먼저 먹지요**.

   Thì ra người đó trễ. Chúng ta ăn trước đi.

5. **이제 학교에 가는군요**.

   Thì ra bây giờ anh đi học

96. ĐỘNG TỪ (으)ㄴ 채로

Động từ có patchim 은 채로

Động từ không có patchim ㄴ 채로

Ý nghĩa: Trong tình trạng/trong trạng thái
Thể hiện một hành động nào đó đang tiến hành trong khi mệnh đề trước đó đang xảy ra.

Ví dụ :

1. 눈을 감은 채로 가만히 있어봐.
   Nhắm mắt và đứng (yên) xem nào.

2. 저 사람은 눈을 뜬 채로 잔다.
   Người ấy ngủ nhưng mở mắt.

3. 옷을 입은 채로 물에 들어가지 마라.
   Đang mặc quần áo thì đừng xuống nước.

4. 입을 꼭 다문 채로 아무 말도 하지 않아요.
   Nó ngậm chặt miệng không nói lời nào.

5. 텔레비전을 켜 놓은 채로 잠이 들었나 봐.
   Hình như nó bật ti vi rồi cứ để thế ngủ thì phải.

97. ĐỘNG TỪ/TÍNH TỪ (으)ㄴ 척하다

Động/Tính từ có patchim 은 척하다

Động/Tính từ không có patchim ㄴ 척하다

Ý nghĩa: giả vờ
Dùng để diễn giải một hành động nào đó không đúng với bản chất thật của nó.

Ví dụ:

1. 기분이 나쁜데도 좋은 척하려니 힘들군요.
   Tâm trạng xấu vẫn vẫn phải giả vờ thật là mệt mỏi.

2. 저는 학교에 가기 싫어서 아픈 척했어요.
   Tôi ghét đi học nên giả vờ ốm.

3. 그는 대학생인 척하며 대학교 도서관을 출입한다.
   Anh ta giả vờ là sinh viên và đi vào thư viện trường.

4. 그녀는 나를 못 본 척했어요.
   Cô ta giả vờ không nhìn thấy tôi.

5. 그는 나를 모르는 척해요.
   Anh ta giả vờ không biết tôi.

98. ĐỘNG TỪ 고 말고(요)

Ý nghĩa: Đương nhiên

Thể hiện sự đồng ý một cách hiển nhiên, diễn đạt ý muốn của người nói. Thường dùng trong văn nói với đối tượng là bạn bè, người thân, người nhỏ tuổi hơn.

Tương đương: 다마다(요)

Ví dụ:

1. **민지: 내일 학교에 오실 수 있죠?**

Min Ji: Ngày mai tiền bối tới trường được đúng không?

– **선배: 오고말고(요).** – Tiền bối: Tất nhiên là tới chứ.

2. **민지: 이 책 꼭 돌려 주셔야 해요.**

Min Ji: Tiền bối nhất định phải trả lại sách này cho em đó.

– **선배: 돌려주고말고(요). 걱정하지 말아.**

– Tiền bối: Đương nhiên là trả chứ. Em đừng có lo.

3. **딸: 아기가 모두 귀엽죠?**

Con gái: Tất cả em bé đều dễ thương phải không mẹ?

– **어머니: 귀엽말고(요). 아기만큼 귀여운 게 있을까**

– Mẹ: Tất nhiên là dễ thương chứ. Có cái gì dễ thương bằng em bé đâu chứ.

4. **민지: 좋은 일 있지?**

Min Ji : Cậu có chuyện gì vui đúng không?

– **민석: 기쁜 일이고말고.** – Min Suk : Tất nhiên là chuyện vui rồi.

5. **동생: 이번 결과가 아주 좋 지?**

Em: Kết quả lần này tốt lắm chị hả?

– **언니: 그렇고말고.** – Chị: Tất nhiên là vậy rồi.

99. ĐỘNG TỪ 고 보니(까)

Ý nghĩa: … xong (rồi) mới thấy là…
Sử dụng khi nhận ra một điều gì đó mới mẻ sau một sự việc nào đó mà trước khi sự việc đó xảy ra thì không biết.

Tương đương: Động từ 고 보면

Ví dụ:

1. **처음에 화가 많이 났는데 이야기를 듣고 보니 이해가 되었어요.**
   Mới đầu tôi giận lắm, nhưng nghe xong câu chuyện rồi thì tôi hiểu.

2. **호랑이를 그리려고 했는데 그리고 보니 고양이가 되었다.**
   Tôi định vẽ con cọp nhưng vẽ xong mới thấy nó ra con mèo.

3. **내 옷을 사고 보니 친구 선물을 살 돈이 모자랐어요.**
   Tôi mua đồ cho tôi xong mới thấy là thiếu tiền mua quà cho bạn.

4. **버스에 타고 보니 잘못 타서 얼른 내렸어요.**
   Lên xe buýt xong mới biết mình bắt nhầm nên nhanh chóng xuống xe.

5. **듣고 보니 기분 나쁘네.**
   Nghe xong mới thấy là khó chịu ghê.

100. ĐỘNG TỪ 고 보면

Ý nghĩa: Nếu… rồi thì mới thấy…

Thể hiện suy nghĩ, cảm xúc của người nói sau khi nhận ra kết quả khác với suy nghĩ ban đầu.

Tương đương: Động từ 고 보니(까)

Ví dụ:

1. **그 사람을 만나고 보면 생각이 달라질 겁니다.**
   Nếu gặp người đó rồi thì suy nghĩ sẽ khác.

2. **알고 보면 그의 입장도 딱하네요.**
   Nếu biết rồi thì mới thấy hoàn cảnh của anh ấy cũng thật tội nghiệp.

3. **잘 알아보고 보면 이 문제를 해결하기가 쉽지 않다.**
   Nếu tìm hiểu kỹ thì mới thấy vấn đề này không dễ giải quyết đâu.

4. **외국 여행을 하고 보면 자신의 지식이 너무 없어요.**
   Nếu đi du lịch nước ngoài rồi thì mới thấy hiểu biết của mình thật chẳng là gì.

5. **힘든 일을 하고 보면 지금처럼 걱정이 없는 생활이 최고이다.**
   Làm công việc cực nhọc rồi thì mới thấy cuộc sống không phải lo lắng gì như hiện nay là tuyệt vời nhất.

101. ĐỘNG TỪ 고서야

Ý nghĩa: Phải sau khi

Nhấn mạnh một sự thay đổi nào đó ở vế sau, sau khi đã có hành động trước đó. 야 là trợ từ để nhấn mạnh cho –고서.

Tương đương: Động từ 고서는.

Ví dụ:

1. 그는 내말을 듣고서야 안심했다.
   Nghe tôi nói xong, anh ta mới yên tâm.

2. 나는 그 책을 읽고서야 그 작가를 이해할 수 있었다.
   Phải đọc xong quyển sách đó tôi mới hiểu nhà văn đó.

3. 나는 약을 일주일이나 먹고서야 감기가 나았다.
   Phải uống hơn một tuần thuốc thì tôi mới hết cảm.

4. 아이는 실컷 울고서야 잠이 들었다.
   Phải sau khi khóc đã đời rồi đứa bé mới chịu ngủ.

5. 숙제를 다 하고서야 놀 수 있는 것이다.
   Phải sau khi làm hết bài tập mới có thể chơi.

102. ĐỘNG TỪ 자마자

Động từ 자

Động từ 는 대로

Ý nghĩa: ngay sau khi, ngay lập tức sau khi

Cấu trúc dùng để thể hiện một sự thay đổi hay chuyển đổi nhanh chóng ngay sau một hiện tượng nào đó.

Ví dụ:

1. 그녀는 애인를 보자마자 눈물을 흘렸다.
   Vừa thấy người yêu, cô ấy đã rơi nước mắt.

2. 몸이 안 좋아서 음식을 먹자마자 토해 버렸다.
   Cơ thể đang mệt nên ăn xong là ói ngay.

3. 호텔에 도착하자마자 눈이 내리다.
   Vừa đến khách sạn thì tuyết rơi.

4. 나쁜 소식을 듣자마자 마루에 쓰러졌다.
   Ngay sau khi nghe tin dữ, anh ấy đã ngã gục xuống sàn.

5. 남동생은 집에 들어서자마자 냉장고 문을 열고 물을 마셨다.
   Em trai tôi về đến nhà là mở ngay tủ lạnh lấy nước uống.

103. ĐỘNG/TÍNH TỪ 잖아요

Ý nghĩa: chẳng phải là, mà, cơ mà...

Cấu trúc dùng khi người nói muốn xác nhận lại điều người nghe và người khác biết.

Chỉ dùng cho văn nói không dùng cho văn viết.

Không sử dụng trong các bối cảnh trang trọng.

Sử dụng trong quan hệ bạn bè, quan hệ thân thiết hoặc nói với người dưới.

1 Quá khứ	았/었/잖아요	→ 갔잖아요 / 힘들었잖아요
2 Hiện tại	잖아요	→가잖아요
3 Tương lai/dự đoán	(으)ㄹ 거잖아요	→갈 거잖아요/먹을 거잖아요

Ví dụ:

1. A: Willson 은 한국어를 정말 잘하네요!

   Willson giỏi tiếng Hàn quá!

   B: Willson 이 한국에서 공부했잖아요. 지난번에 Willson 이 말했는데 생각이 안 나요?

   Willson đã học ở Hàn Quốc cơ mà. Lần trước Willson đã nói rồi mà không nhớ hả?

2. A: 저 배우를 왜 좋아해요?

   Sao mà thích diễn viên đó vậy?

   B: 멋있고 연기를 잘 하잖아요.

   Đẹp trai lại diễn xuất giỏi mà.

3. A: 제 친구가 집에 온다고 해서 복숭아 차를 샀어요.

   Bạn tối nói sẽ đến chơi nên tôi đã mua trà đào.

   B: 어,복숭아 차 알레르기가 있잖아요.

   Ơ, chẳng phải là cậu ấy bị dị ứng với trà đào hay sao?

104. DANH TỪ 조차

Ý nghĩa: ngay cả, ngay đến

Cấu trúc dùng để nhấn mạnh một sự việc nào đó, biểu hiện một sự bất ngờ hoặc ngoài suy nghĩ thông thường.

Ví dụ:

1. 엄마조차 저를 믿으시는 거예요?

   Ngay cả mẹ mà cũng không tin con sao?

2. 너무 슬프면 눈물조차 안 나오는 경우가 있어요.

   Có khi buồn quá không khóc được.

3. 여름에 날씨가 더운데 선풍기조차 고장이 나 버려서 정말 죽겠어요.

   Mùa hè trời nóng nực mà ngay cả quạt cũng bị hư thì làm sao sống nổi.

4. 요즘에 너무 바쁘니까 인터넷 뉴스조차 볼 시간이 없어요.

   Dạo này vì bận quá nên ngay cả tin tức trên mạng cũng không có thời gian xem.

5. 애인의 이름조차 몰라요.

   Ngay cả tên của người yêu mà cũng không biết nữa.

105. ĐỘNG TỪ 자고 하다

Ý nghĩa: Hãy, cùng

Câu đề nghị, đề xuất gián tiếp, rủ rê ai làm một việc gì đó.

Ví dụ:

1. 친구가 주말에 같이 공부하자고 했어요.
   Bạn tôi rủ cuối tuần cùng học.

2. 남자 친구가 같이 산에 가자고 했어요.
   Bạn trai rủ cùng đi leo núi.

3. 부모님은 자식에게 가족과 같이 저녁 먹자고 했어요.
   Bố mẹ bảo con cái ăn tối cùng với gia đình.

4. 근로자는 5 퍼센트가 승급하자고 했어요.
   Công nhân đã đề nghị tăng lương lên 5%.

5. 시민은 소매점에 대해서 세금을 줄이자고 했어요.
   Người dân đã đề nghị giảm thuế cho các tiệm bán lẻ.

106. ĐỘNG TỪ (으)ㄹ지경이다

Ý nghĩa: Đến mức, tới mức muốn….
Thể hiện mức độ tột cùng đỉnh điểm, tình cảnh, trạng thái trong câu.

Động từ có patchim	(으)ㄹ 지경이다
Động từ không có patchim	ㄹ 지경이다

Ví dụ:

1. **많이 노래불러서 목이 아플 지경이다.**
   Hát nhiều đến nỗi đau họng.

2. **집이 가난해서 교육을 제대로 받지 못할 지경이다.**
   Nhà nghèo đến nỗi không được học hành tử tế.

3. **말을 너무 많이 해서 목이 쉴 지경이다.**
   Nói nhiều đến nỗi khan tiếng.

4. **공부를 너무 해서 병이 날 지경이다.**
   Học nhiều tới mức muốn bệnh.

5. **너무 무서워서 소름이 돋을 지경이다.**
   Sợ tới mức nổi da gà.

107. ĐỘNG TỪ 을/ㄹ 만 하다

Ý nghĩa: Đáng, đáng giá để làm gì

Cấu trúc dùng để thể hiện một giá trị nào đó đáng để làm, có giá trị để làm. Thường xuyên sử dụng với biểu hiện 보다 thành biểu hiện 아/어 볼 만 하다 (đáng để thử làm gì đó).

Ví dụ :

1. **쓸 만한 것은 버리지 말아요.**
   Đừng bỏ những thứ còn dùng được.

2. **요즘 서점에는 읽을 만한 책이 많아졌다.**
   Dạo này ở nhà sách có nhiều sách đáng để đọc.

3. **믿을 만한 친구가 몇명이나 있어요?**
   Bạn có bao nhiêu người bạn đáng tin cậy?

4. **이 음식은 먹을 만해요.**
   Món này đáng để ăn.

5. **베트남에서 한 번 가볼 만한 곳이 어디예요?**
   Ở Việt Nam thì nơi nào đáng để đi thử một lần.

108. 못 ĐỘNG TỪ

ĐỘNG TỪ, TÍNH TỪ 지 못하다

Ý nghĩa: Không thể, không được
Diễn đạt một khả năng không thể thực hiện, hoặc không thể làm được vì lý do nào đó.

[1] Quá khứ 지 못했다 [2] Tương lai 지 못하겠다, 지 못할 것이다.

Ví dụ :

1. 바빠서 전화를 받지 못했어요.
   Vì bận nên tôi không thể nghe điện thoại được.

2. 저는 감기에 걸려서 집 밖에 못 나갑니다.
   Tôi bị cảm nên không ra ngoài được.

3. 늦잠을 자서 아침을 못 먹었어요.
   Vì ngủ trễ nên tôi đã không thể ăn sáng.

4. 목이 아파서 말하지 못했어요.
   Vì đau họng nên tôi không thể nói chuyện.

5. 저는 한글을 몰라서 이것을 읽지 못해요.
   Tôi không biết tiếng Hàn nên không thể đọc được.

109. DANH TỪ 만큼

Ý nghĩa: bằng với, ngang với, như
Dùng để diễn đạt một sự so sánh ngang bằng với nhau
Động từ [는/(으)ㄴ/(으)ㄹ]만큼

Ví dụ:

1. **우리 나라만큼 아름다운 곳은 없어요.**
   Không có nơi nào đẹp bằng nước mình.

2. **아빠랑 엄마랑 하늘만큼 땅만큼 사랑했어요.**
   Con yêu cha mẹ như trời như đất

3. **너는 먹은 만큼 돈을 내야 해요.**
   Ăn bao nhiêu phải trả bấy nhiêu.

4. **딸이 엄마만큼 키가 컸어요.**
   Con gái cao bằng mẹ rồi đấy.

5. **오늘은 어제만큼 춥지 않아요.**
   Hôm nay không lạnh bằng hôm qua.

110. ĐỘNG / TÍNH TỪ 아/야

Ý nghĩa: Phải… thì mới…

Là cấu trúc liên kết câu, đi liền với động từ và tính từ, vế trước là tiền đề, vế sau là kết quả. Không dùng được với động từ 이다 và 아니다.

Ví dụ :

1. 공부를 해야 시험을 잘 봅니다.
   Phải học thì mới thi tốt.

2. 돈이 많아야 유학할 수 있어요.
   Phải có nhiều tiền mới có thể đi du học.

3. 일찍 일어나야 아침을 먹을 수 있어요.
   Phải dậy sớm thì mới ăn sáng được.

4. 최선을 다해야 성공할 수 있어요.
   Phải cố gắng hết sức thì mới có thể thành công.

5. 한국 나이로 20 살이 되어야 술을 살 수 있어요.
   Ở Hàn Quốc bạn phải 20 tuổi mới có thể mua rượu.

111. ĐỘNG TỪ 아/어 가다

Ý nghĩa: Tiếp tục, liên tiếp
Diễn đạt rằng chiều hướng của hành động là đi xa người nói, hoặc những việc xảy ra ở hiện tại hoặc quá khứ nhưng còn tiếp diễn tới tương lai.

Ví dụ :

1. 저는 이 집에서 10 년동안 살아왔고 앞으로도 계속 이 집에서 살아 갈 거예요.

   Đây là ngôi nhà tôi đã sống trong suốt 10 năm qua và sẽ tiếp tục sống sau này.

2. 배워 가겠습니다.

   Tôi sẽ cố gắng học hỏi.

3. 문제를 다 풀어 가요.

   Tôi đã giải quyết hết chuyện đó.

4. 모든 일이 잘 되어 가야 돼요.

   Tất cả mọi chuyện sẽ ổn thôi.

5. 저는 그 할머니를 어머니처럼 모셔 왔어요.

   Tôi đã chăm sóc bà ấy như mẹ của mình vậy.

112. ĐỘNG TỪ -나 보다

Ý nghĩa: có vẻ là, chắc là, dường như là…
Thể hiện sự dự đoán, phỏng đoán, suy đoán dựa trên bối cảnh nào đó kèm theo. Cả động /tính từ khi dùng trong tình huống quá khứ thì đều sử dụng dạng thức 았/었나 보다.

1 Tính từ (으)ㄴ가 보다

2 Động từ có patchim 은 가 보다

không có patchim ㄴ가 보다

3 Danh từ + 인가 보다

Ví dụ :

1. **그는 매일 술을 마셔요. 술을 좋아하나 봐요.**
   Ngày nào mình cũng uống rượu. Chắc là cậu ấy thích rượu lắm.

2. **요즘 영숙씨가 안 보였어요. 가족과 같이 여행을 갔나 봐요.**
   Dạo này tôi không nhìn thấy Young Suk. Dường như cậu ấy đã đi du lịch cùng với gia đình rồi.

3. **오늘은 주말이라서 백화점에 사람이 많은 가 봐요.**
   Vì hôm nay là cuối tuần nên trung tâm thương mại chắc có nhiều người lắm.

4. **김치가 맛있는데 아주 매운 가 봐요.**
   Kimchi thì ngon nhưng dường như rất cay.

5. **저 사람이 영호 씨의 제일 친한 친구인가 봐요.**
   Người kia hình như là bạn thân nhất của Young Ho.

113. TÍNH TỪ (으)ㄴ가요?

ĐỘNG TỪ 나요?

DANH TỪ 인가요?

Ý nghĩa: phải không, có đúng không?
Đuôi câu này được sử dụng để hỏi ai đó một cách lịch sự và nhẹ nhàng.

[1] Hiện tại 있/없 나요?

[2] Quá khứ 았/었나요?

[3] Tương lai (으)ㄹ 건가요?; 나요?

Ví dụ :

1. **지하철역이 여기서 가까운가요**?
   Xin hỏi ga tàu điện ngầm có gần đây không ạ?

2. **영화제가 언제 시작하나요**?
   Cho hỏi khi nào liên hoan phim bắt đầu vậy?

3. **한국에 재미있는 축제가 많은가요**?
   Ở Hàn Quốc có nhiều lễ hội thú vị không?

4. **행사 입장료가 비싼가요**?
   Phí vào cửa cho sự kiện/buổi lễ có đắt không vậy?

5. **전시회 장소가 어디인가요**?
   Địa chỉ buổi triển lãm ở đâu vậy ạ?

6. **나오코 씨는 어디에서 왔나요**?
   Naoko đến từ đâu vậy?

114. ĐỘNG TỪ (느)냐고 하다

Tính từ (으)냐고 하다

Danh từ(이)냐고 하다

Ý nghĩa: Hỏi là, nói là

Dùng để diễn đạt gián tiếp một nghi vấn hoặc để hỏi một nội dung nào đó. Với câu hỏi/câu nghi vấn, chúng ta dùng 물어보다, có thể thêm một vài từ để hỏi như 언제, 어디, 어떻게, 왜, 누가, 무엇(뭐)...

[1] Hiện tại, quá khứ 았/었/였냐고

[2] Tương lai (으)ㄹ 거냐고, –겠냐고

Ví dụ :

1. **윤정 씨가 매운 음식을 안 먹냐고 물어봤어요.**
   Yoon Jeong hỏi tôi có phải tôi không ăn đồ cay không.

2. Linh **씨는 어디가 아프냐고 물어봤어요.**
   Linh đã hỏi tôi là đau ở đâu.

3. **동생이 밥을 먹었냐고 물어봤어요.**
   Em tôi hỏi tôi đã ăn cơm chưa.

4. **제 남자 친구가 대학생이냐고 물어봤어요.**
   Ai đó đã hỏi tôi bạn trai của tôi là sinh viên phải không.

5. **엄마가 부산으로 어떻게 갈 거냐고 물어봤어요**
   Mẹ đã hỏi tôi cách đi đến Busan như thế nào .

115. Động từ 는 (도) 중에

Ý nghĩa; Đang, trong khi, trong lúc

Diễn tả hành động, sự việc đang xảy ra thì một hành động khác cùng xảy ra trong thời điểm đó. Không dùng các vĩ tố dạng định ngữ -(으)ㄴ, -(으)ㄹ

Ví dụ :

1. 집에 가는 도중에 우연히 친구에게 전화 왔어요.
   Trong khi tôi đang đi về nhà thì bỗng nhiên bạn tôi điện thoại đến.

2. 운전을 하는 중에 갑자기 사고가 생겼어요.
   Đang lái xe thì đột nhiên bị tai nạn.

3. 교실에서 공부하는 중에 밖에 나가요.
   Đang học trong lớp thì bỏ ra ngoài.

4. 책을 읽는 중에 엄마가 불러요.
   Đang đọc sách thì mẹ gọi.

5. 친구와 같이 등산하는 중에 비가 왔어요.
   Đang đi leo núi cùng với bạn thì trời mưa.

116. DANH TỪ 는 길에

Ý nghĩa: Đang trên đường

Diễn tả một hành động nào đó được thực hiện nhân dịp hoặc nhân cơ hội đang làm một việc gì đó.

Cấu trúc hay đi với những động từ chuyển động như 가다, 오다, 갔다오다, 다니다, 떠나다, 나가다…

Ví dụ :

1. 학교에 가는 길에 친구를 만났어요.

   Đang trên đường đi học thì gặp bạn.

2. 식당에 오는 길에 영숙씨의 집에 좀 들렀다가오세요.

   Trên đường đến nhà hàng thì hãy ghé vào nhà Young Suk một chút.

3. 은행에서 집에 오는 길에 꽃가게에 들렀다가왔어요.

   Trên đường từ ngân hàng về nhà tôi đã ghé vào tiệm hoa.

4. 나가는 길에 쓰레기를 좀 버려 줘요.

   Trên đường ra ngoài thì vứt hộ cho ít rác nha.

5. 회사에 가는 길에 할머니께 편지를 부쳐 드렸습니다.

   Trên đường đến công ty thì tôi đã gửi thư cho bà.

117. ĐỘNG TỪ 게 하다

Ý nghĩa: Ép ai làm gì, sẽ bắt ai làm gì

Cấu trúc có ý nghĩa khiến/làm cho ai phải làm gì đó hay thay đổi như thế nào đó.

Ví dụ:

1. 선생님께서는 학생들을 10 분 동안 쉬게 하셨어요.
   Giáo viên cho học sinh nghỉ giải lao 10 phút.

2. 아버지는 주희에게 손님들 앞에서 피아노를 치게 하셨어요.
   Bố Juhee bắt cô ấy chơi đàn piano trước mặt khách.

3. 교수님은 학생들에게 금요일까지 숙제를 내게 하셨어요.
   Giáo viên bắt học sinh đến thứ sáu phải nộp bài.

4. 누나는 철수씨를 일찍 일어나게 했어요.
   Chị gái bắt Chul Soo thức dậy sớm.

5. 한 시간이나 기다리게 하면 어떻게 해요?
   Làm sao bắt tôi đợi đến cả một tiếng đồng hồ thế?

118. ĐỘNG TỪ 고 나니(까)

Ý nghĩa: Sau khi làm gì thì…

Sau khi làm xong hành động thứ nhất thì có một cảm nhận nào đó hoặc có một kết quả nào đó.

Tương tự như –고 보니까

Ví dụ:

1. 밥을 많이 먹고 나니까 이제 졸려요.
   Sau khi đã ăn rất nhiều, bây giờ tôi buồn ngủ.

2. 돈을 벌고 나니까 비싼 물건을 사고 싶어졌어요.
   Sau khi kiếm được tiền, tôi nhận ra tôi muốn mua những thứ đắt tiền.

3. 샤워를 하고 나니까 기분이 훨씬 좋 네요.
   Sau khi tắm, tôi cảm thấy tinh thần tốt hơn rất nhiều.

4. 집을 청소하고 나니까 더 넓어 보여요.
   Sau khi dọn dẹp nhà, (tôi nhận ra) ngôi nhà trông rộng hơn rất nhiều.

5. 약을 먹고 나니까 머리가 안 아파요.
   Sau khi uống thuốc, tôi đã hết đau đầu.

119. ĐỘNG TỪ 고 나면

Ý nghĩa: Nếu làm gì thì sẽ/sau khi làm gì đó thì sẽ

Cách diễn đạt điều kiện cho một hành động, sẽ có một kết quả nào đó nếu thực hiện hành động ở vế trước.

Mệnh đề thứ hai nên ở thì hiện tại hoặc tương lai.

Ví dụ:

1. 약을 먹고 나면 좋아질 거예요.
   Nếu bạn uống thuốc, bạn sẽ thấy tốt hơn.

2. 일을 마치고 나면 보람을 느낄 수 있을 거예요.
   Khi bạn kết thúc công việc, bạn sẽ cảm thấy rất bổ ích.

3. 이걸 마시고 나면 괜찮아 질 거예요.
   Uống cái này, bạn sẽ cảm thấy tốt hơn.

4. 규칙을 알고 나면 수학이 아주 쉬워질 겁니다.
   Sau khi nắm được các quy tắc, môn toán sẽ trở nên dễ dàng.

5. 컴퓨터를 배우고 나면 엔지니어가 될 수 있어요?
   Nếu tôi học về máy tính, tôi có thể trở thành một kỹ sư không?

120. ĐỘNG TỪ 고 나서

Ý nghĩa: Sau khi, sau

Diễn đạt thứ tự của hai hành động liên tục với nhau, hành động phía trước kết thúc và hành động thứ hai sẽ lần lượt được thực hiện.

Ví dụ:

1.숙제를 다 하고 나서 친구에게 전화를 걸어요.

Sau khi làm xong hết bài tập thì tôi gọi điện cho bạn.

2. 식사를 하고 나서 차를 마신다.

Sau khi ăn xong thì tôi uống trà.

3. 보통 수업이 끝나고 나서 뭐하세요?

Bình thường học xong rồi bạn làm gì?

4. 학교를 졸업하고 나서 지금까지 자동차 부품회사에서 일을 했어요.

Tốt nghiệp xong rồi tôi làm việc ở công ty phụ tùng xe hơi đến tận bây giờ.

5. 운동을 하고 나서 목욕을 했어요.

Sau khi tập thể dục thì tôi đi tắm.

121. ĐỘNG TỪ 고 들다

Ý nghĩa: Chuyên sâu, say mê, đào sâu
Diễn đạt ý nghĩa làm cho hành động nào đó có chiều sâu.

Ví dụ:

1. 정수는 책을 보면 파고 드는 성격이 있다.

   Jeong-su có tính chú tâm khi đọc sách.

2. 강 기자는 사건의 실마리를 찾기 위해 캐고 들었다.

   Ký giả Kang bắt tay vào điều tra để tìm ra manh mối của vụ việc.

3. 그 사람은 한 번 궁금한 건 파고 들어 반드시 알아 내고야 만다.

   Người đó một khi tìm hiểu thắc mắc nào là phải truy ra bằng được mới thôi.

4. 관심있는 주제를 파고 들어 연구해 보면 좋은 논문이 나올 것이다.

   Nếu đi vào nghiên cứu chủ đề quan tâm thì mới có luận văn tốt.

5. 김 부장이 어찌나 따지고 드는지 혼났다.

   Trưởng phòng Kim vặn vẹo quá làm tôi phát sợ.

122. CẤU TRÚC(으)나 마나

Ý nghĩa: Dù có hay không/dù… hay không/dù như thế nào thì

Cấu trúc này diễn tả hành động ở mệnh đề trước là không có ý nghĩa.

Là dạng rút gọn của 말으나 trong trợ động từ -지 말다. Động từ ở vế trước không được chia phủ định. Động từ ở vế sau không được mang nghĩa tiêu cực. Có thể đặt ở cuối câu, chuyển thành (으)나 마나이다.

Ví dụ :

1. **이 단어는 요즘 새로 생긴 인터넷 용어라서 사전을 찾아보나 마나 없을거예요.**

   Từ này là thuật ngữ mới xuất hiện trên mạng gần đây dù có tra từ điển hay không thì cũng không có.

2. **비가 오면 세차를 하나 마나니까 나중에 하세요.**

   Nếu mưa mà bạn rửa xe hay không thì cũng vậy thôi, để sau hãy rửa.

3. **약은 시간에 맞춰서 먹지 않으면 먹으나 마나예요.**

   Thuốc mà không uống đúng lúc thì cũng vô ích thôi.

4. **영숙 씨에게 그 이야기를 해도 안 들을 거예요. 하나 마나예요.**

   Dù bạn có nói thì Young Suk cũng không nghe đâu. Bạn đừng nói nữa (có nói cũng vô ích thôi).

5. **토니 씨가 공부를 열심히 하니까 물어보나 마나 1 등을 했을 거예요.**

   Tony học chăm chỉ nên dù không hỏi cũng biết anh ấy chắc đứng đầu lớp rồi.

123. CẤU TRÚC (으)니까(요)

Ý nghĩa: Là vì, vì

Cấu trúc này diễn tả nguyên nhân cho mệnh đề trước.

Ví dụ :

1. 요즘 뚱뚱해졌어요. 많이 먹으니까요.

   Dạo này tôi đã trở nên mập. Bởi vì tôi ăn nhiều.

2. 어젯밤에 잠을 못 잤어요. 시험공부를 해야 하니까요.

   Đêm qua tôi đã không ngủ được. Bởi vì tôi phải học bài thi.

3. 어머니가 죽을 끓어 주었어요. 제가 감기에 걸렸으니까요.

   Mẹ đã nấu cháo cho tôi. Bởi vì tôi bị cảm.

4. 요새 너무 바빠요. 결혼을 준비해야 하니까요.

   Dạo này tôi quá bận. Vì phải chuẩn bị kết hôn.

5. 열심히 공부하세요. 다음 주에 시험을 볼 테니까요.

   Bạn hãy học chăm chỉ đi. Bởi vì tuần sau sẽ thi.

124. **(으)ㄹ 겸 (해서)**

Ý nghĩa: vừa… vừa/để …và cũng để/kiêm… kiêm

Cấu trúc này diễn tả ý định thực hiện hai hành động cùng một lúc, thường kết hợp với 도.

Ví dụ :

1. 한국어도 배울 겸 여러 나라 사람도 만날 겸해서 센터에 나가요.

   Tôi đến trung tâm để học tiếng Hàn nhân tiện để tôi gặp gỡ bạn bè các nước.

2. 운동도 할 겸 한국의 전통 문화도 배울 겸해서 태권도를 배우고 있어요.

   Tôi đang học Taekwondo để vừa tập thể dục và vừa để học luôn văn hóa truyền thống của Hàn Quốc.

3. 책도 읽을 겸 공부도 할 겸해서 도서관에 가려고 해요.

   Tôi định đến thư viện để đọc sách sẵn tiện học bài luôn.

4. 용돈을 벌 겸 경험도 쌓을 겸 아르바이트를 하고 있어요.

   Tôi đang làm thêm để kiếm tiền tiêu vặt nhân tiện tích lũy thêm kinh nghiệm.

5. 요즘 살도 뺄 겸 해서 운동을 하고 있어요.

   Dạo này tôi tập thể dục sẵn tiện để giảm cân luôn.

125. ĐỘNG TỪ (으)ㄹ 리가 없다

Ý nghĩa: không có lý do gì, lẽ nào lại như thế

Cấu trúc này diễn tả sự việc không thể nào xảy ra nhờ vào một nguyên nhân nào đó, dùng nhấn mạnh về việc mà không thể tin nổi hoặc việc mà không có tính khả thi.

Ví dụ:

1. 연락도 없이 지금까지 돌아오지 않다니, 그럴 리가 없어요.

   Cho đến giờ vẫn không về nhà cũng không liên lạc gì, không lý nào lại vậy.

2. 그 아이가 그런 거짓말을 했을 리가 없어요.

   Không có lý nào đứa bé đó lại nói dối như thế?

3. 민수 씨가 지금 집에 있을까요? – 오늘은 수업이 있는데 그럴 리가 없어요.

   Anh Minsu bây giờ chắc đang ở nhà nhỉ? Hôm nay có tiết học mà không lý nào lại vậy.

4. 시험을 잘 못 보면 어떡하죠? - 걱정하 지마세요. 매일 열심히 공부했으니까 잘 못 봤을 리가 없어요.

   Nếu tôi thi không được thì làm thế nào đây? – Bạn đừng lo lắng. Bạn đã học chăm chỉ mỗi ngày nên không lý nào bạn lại không thi tốt được.

5. 프린터가 고장 났나 봐요. – 아니요. 산 지 일주일밖에 안 됐는데 그럴 리가 없어요.

   Máy in hình như đã hư rồi. – Không đâu. Mới mua một tuần mà lý nào lại vậy.

126. ĐỘNG TỪ (으)ㄹ 만하다

Ý nghĩa: Đáng để, đáng giá

Cấu trúc này diễn tả hành động nào đó đáng hoặc có giá trị để thực hiện.

Ví dụ :

1. 한국에서 가 볼 만한 곳을 알면 좀 추천해 주세요.
   Nếu bạn biết nơi nào đáng đi ở Hàn Quốc thì hãy giới thiệu cho tôi nhé.

2. 이 동화책은 아이들이 읽을 만해요.
   Quyển truyện cổ tích này rất hay đáng để những đứa trẻ đọc.

3. 저 영화는 주인공들이 멋있어서 한번 볼 만해요.
   Bộ phim kia diễn viên chính rất tuyệt nên đáng để xem một lần.

4. 영희 씨는 믿을 만한 사람이니까 힘든 일이 있으면 부탁해 보세요.
   Young Hee là người đáng tin nên nếu có việc khó khăn hãy thử nhờ cô ấy.

5. 이 옷은 10 년 전에 산 옷인데 아직도 입을 만해서 안 버렸어요.
   Áo này tôi đã mua 10 năm trước rồi nhưng vẫn còn mặc được nên tôi không vứt đi.

127. ĐỘNG/TÍNH TỪ (으)ㄹ지(도) 모르다

Ý nghĩa: không biết chừng, có lẽ, có thể

Cấu trúc này diễn tả sự phỏng đoán về một việc gì đó có thể sẽ xảy ra trong tương lai hoặc đã xảy ra trong quá khứ.

Lưu ý: Hình thức quá khứ của cấu trúc này là 았/었을지도 몰라요.

Ví dụ:

1. 사토 씨는 보통 집에 일찍 가지만 내일 시험이 있으니까 도서관에 있을지도 몰라요.
   Bình thường Sato hay về nhà sớm nhưng vì mai có kỳ thi nên không biết chừng anh ấy đang ở thư viện.

2. 내일부터 추석 연휴라서 마트는 문을 안 열지도 몰라요. 오늘 갔다 오는게 좋은 것 같아요.
   Từ ngày mai là kỳ nghỉ lễ Trung thu nên không biết chừng siêu thị sẽ không mở cửa đâu. Tôi nghĩ hôm nay đi sẽ tốt hơn.

3. 갑자기 비가 올지도 몰라요.
   Không biết chừng trời đột nhiên mưa đấy.

4. 케빈 씨가 비자를 연장해야 한다고 했으니까 출입국관리사무소에 갔을지도 몰라요.
   Keibin nói rằng phải gia hạn visa nên không biết chừng anh ấy đã đi đến Cục Quản lý xuất nhập cảnh rồi.

5. 게이코 씨가 파티에 간다고 했지만 안 갔을지도 몰라요.
   Keiko nói là đi đến bữa tiệc nhưng không biết chừng đã không đi.

128. ĐỘNG/ TÍNH TỪ (으)ㄹ지라도

Ý nghĩa: cho dù/dù là.. đi nữa
Diễn đạt rằng một hành động sẽ xảy ra, cho dù có những trở ngại hoặc khó khăn nào đó.

Có thể hoán đổi với (ㄴ/는)다고 해도. Hay dùng với 비록 hoặc 아무리.

Ví dụ:

1. **어떤 어려움이 닥칠지라도 낙망하지 않고 꿈을 이루기 위해 노력하겠습니다.**

   Dù có khó khăn như thế nào thì tôi cũng không thất vọng và sẽ nỗ lực để thực hiện giấc mơ.

2. **비록 승산은 없을지라도 도전도 해 보지 않고 포기한다는 건 말이 안 돼요.**

   Cho dù không có khả năng chiến thắng nhưng không đón nhận thử thách mà từ bỏ là không được.

3. **태민 씨가 비록 나이 어릴지라도 책임감도 강하고 이쪽 분야에서 일한 적도 있으니까 잘해 낼 수 있을 겁니다.**

   Tae Min dù nhỏ tuổi nhưng tính trách nhiệm cao và cũng từng làm việc ở lĩnh vực này nên sẽ có thể làm tốt thôi.

4. **그 여자가 사과를 할지라도 나는 용서를 못 한다.**

   Dù cô ấy có xin lỗi thì tôi cũng không thể tha thứ được.

5. **비록 떨어져 있을지라도 마음을 변하지 맙시다.**

   Dù có xa cách thì chúng ta cũng đừng thay lòng đổi dạ nhé.

129. ĐỘNG TỪ (으)라고 하다

Ý nghĩa: bảo là, kêu là, gọi là...

Để truyền đạt gián tiếp mệnh lệnh hay yêu cầu của người khác.

Ví dụ:

1. 의사는 환자에게 음식을 조심하라고 합니다.
   Bác sĩ bảo bệnh nhân ăn uống cẩn thận.

2. 나는 직원에게 쉬고 싶으면 쉬라고 해요.
   Tôi bảo các nhân viên nếu muốn nghỉ thì hãy nghỉ.

3. 엄마는 딸에게 따라오지 말고 집에 있으라고 했어요.
   Mẹ bảo con gái đừng đi theo mà hãy ở nhà.

4. 공부하라는 말이 정말 듣기 싫어요.
   Tôi ghét bị bảo học bài.

5. 민호는 손님에게 맥주를 드리라고 했어요.
   Min Ho bảo là hãy đưa bia cho khách.

130. ĐỘNG TỪ (으)려다가

Ýnghĩa: định...

Là dạng kết hợp giữa (으)려고 하다 và –다가. Diễn tả rằng người nói có ý định làm điều gì đó thì có một điều gì đó hoặc hành động khác chen vào khiến cho người đó không thể thực hiện được hành động như mong muốn ban đầu.

Ví dụ:

1. 차가 낡아서 새로 구입하려다가 일년 더 타기로 했다.

   Xe cũ rồi nên tôi định mua xe mới nhưng lại quyết định đi thêm một năm nữa.

2. 피자를 시켜 먹으려다가 살이 찔 것 같아서 참고 그냥 잤다.

   Tôi định đặt pizza để ăn nhưng sợ tăng cân nên nhịn rồi đi ngủ.

3. 삼층 건물을 지으려다가 건축비 때문에 이층으로 지었어요.

   Chúng tôi định xây tòa nhà ba tầng nhưng vì chi phí xây dựng nên chỉ xây hai tầng.

4. 박준수는 대학원에 진학하려다가 마음을 바꾸었대요.

   Nghe nói Park Jun Su định học lên cao học nhưng đã thay đổi ý định.

5. 생일 선물로 받은 돈으로 뭐 하셨어요? - 나중에 집을 살 때 보태려다가 더 좋은 일에 쓰고 싶어서 아동 복지 시설에 기부했어요.

   Bạn đã làm gì với số tiền được tặng vào sinh nhật? – Tôi định sau này thêm vào khi mua nhà nhưng vì muốn sử dụng vào việc tốt hơn nên đã quyên góp vào cơ sở phúc lợi nhi đồng.

131. ĐỘNG TỪ (으)려던 참이다

Ý nghĩa: Đúng lúc đang định...

Cấu trúc này diễn tả rằng đúng lúc người nói đang có ý định thực hiện một hành động nào đó thì có một hành động khác xảy ra.

Ví dụ:

1. **배가 고파서 라면을 끓이려던 참인데 같이 먹을래요**?

   Tôi đang đói nên định nấu mì, bạn cùng ăn nhé?

2. **피곤해서 잠깐 쉬려던 참인데 사장님이 들어오셔서 당황했어요**.

   Tôi mệt nên định nghỉ ngơi một lát nhưng Giám đốc đến làm tôi bị bất ngờ.

3. **나는 약속을 미루려던 참인데 급한 일이 생겼어요**.

   Đúng lúc tôi đang định hủy cuộc hẹn thì có việc gấp.

4. **병원에 가서 검사를 받아 보려던 참이에요**.

   Đúng lúc tôi định đi đến bệnh viện kiểm tra sức khỏe.

5. **전화를 걸려던 참이었는데 마침 그 분에게서 전화가 왔어요**.

   Tôi định gọi điện thoại thì đúng lúc ông ấy gọi đến.

132. ĐỘNG/ TÍNH TỪ 은/는 셈이다

Ý nghĩa: Giống như, y như
Diễn giải rằng một việc gì đó chưa hoàn thiện, hoàn thành đầy đủ nhưng người nói cho rằng cũng đã đạt ở mức độ gần như hoàn thiện, hoàn thành.

Tính từ (으)ㄴ 셈이다

Động từ ㄴ 셈이다

Danh từ 인 셈이다

Quá khứ (으)ㄴ 셈이다

Hiện tại 는 셈이다

Ví dụ:

1. 10 명 중 9 명이 찬성했으니까 거의 다 찬성한 셈이네요.

   9 trong số 10 người đã tán thành nên có thể xem như tất cả đều đã tán thành.

2. 20 년 이상 살았으니까 서울이 고향인 셈이에요.

   Vì đã sống ở đây hơn 20 năm nên Seoul giống như quê hương của tôi vậy.

3. 그의 노력이 실패한 셈이에요.

   Nỗ lực của anh ấy coi như đã thất bại.

4. 회사원 90%가 가니까 거의 다 가는 셈이에요.

   90% nhân viên đều đi nên coi như là tất cả đều đi.

5. 그 정도면 잘한 셈이에요.

   Mức đó thì coi như giỏi rồi.

133. ĐỘNG/TÍNH TỪ 은/는 척/체하다

Ý nghĩa: Giả vờ, giả bộ

Dùng để diễn đạt một sự đánh lừa, giả vờ nào đó.

Tính từ (으)ㄴ 척/체하다

Động từ /는 척/체하다

Quá khứ (으)ㄴ 척/체하다

Hiện tại 는 척/체하다

Danh từ 인 척/체하다

Ví dụ:

1. 얘기하다가 왜 갑자기 자는 척해요?

   Đang nói chuyện sao đột nhiên lại giả vờ ngủ thế?

2. 똑똑하지 않으면서 여자를 앞에서 똑똑한 척하는 남자가 너무 싫어요.

   Tôi rất ghét đàn ông không thông minh nhưng lại giả vờ thông minh trước mặt phụ nữ.

3. 그 여자를 잘 아는 데도 아무것도 알지 못하는 척했어요.

   Dù biết rất rõ cô gái ấy nhưng tôi đã giả vờ như không biết gì cả.

4. 그는 나를 보고도 못 본 체했어요.

   Anh ấy nhìn thấy tôi mà giả vờ như không thấy.

5. 알고도 모르는 체하는 것 같아요.

   Dường như anh ta biết mà giả vờ như không biết.

134. DANH TỪ 을/를 비롯해(서)

Ý nghĩa: Bắt đầu từ, tính từ, bao gồm
Cấu trúc diễn đạt một việc/ai đó là khởi điểm hoặc bắt đầu từ đó.

Ví dụ:

1. 서울을 비롯해서 작은 도시에서도 이 가요 테이프는 잘 팔린다.
   Băng nhạc này được bán chạy từ Seoul đến các đô thị nhỏ.

2. 명절이 되면 할아버지를 비롯해서 온 가족이 모입니다.
   Hễ đến lễ tết thì cả gia đình từ ông đến con cháu đều tụ họp lại.

3. 우리 사장님은 작은 일을 비롯해서 큰 일에 이르기까지 모두 관계를 하십니다.
   Giám đốc của chúng tôi can dự vào mọi thứ từ việc nhỏ đến việc lớn.

4. 남편은 신문이라면 정치면을 비롯해서 사회면까지 안 읽는 것이 없다.
   Chồng tôi hễ đọc báo là không bỏ sót gì từ trang chính trị đến trang xã hội.

5. 고아들에게 등록금을 비롯해서 생활비를 대주겠다는 독지가가 나왔다.
   Một mạnh thường quân đứng ra hỗ trợ trẻ em mồ côi từ tiền đăng ký học đến sinh hoạt phí.

135. DANH TỪ 을/를 통해(서)

Ý nghĩa: thông qua

Cách diễn đạt rằng có một kết quả nào đó nhờ một trải nghiệm nào đó hoặc nhờ vào một điều nào đó.

Ví dụ:

1. **한국전쟁을 통해 사람들은 평화의 소중함을 알게 되었다.**

   Thông qua cuộc chiến tranh Hàn Quốc thì người ta biết được sự quý giá của hòa bình.

2. **기숙사 생활을 통해 친구를 많이 만나게 되었다.**

   Qua cuộc sống ở ký túc xá thì tôi đã được gặp rất nhiều bạn.

3. **속담이란 옛날 사람들이 오랜 경험을 통해 얻은 것이다.**

   Tục ngữ là những cái người xưa thông qua kinh nghiệm lâu đời mà có được.

4. **실수를 통해서 성숙해진다.**

   Thông qua lỗi lầm sẽ trở nên thành thục hơn.

5. **이것이 교과서를 통해서 잘 알고 있는 한국의 습관입니다.**

   Đây là thói quen của người Hàn Quốc mà thông qua sách giáo khoa tôi đã hiểu rõ.

136. ĐỘNG/TÍNH TỪ + 아/어/해 가지고

Ý nghĩa: Rồi, rồi thì

Khi kết hợp với động từ thì diễn đạt các hành động tiếp diễn với nghĩa rồi, rồi thì

Còn khi kết hợp với tính từ thì nó mang nghĩa chủ yếu là để chỉ lý do.

Ví dụ:

1. 편지를 써 가지고 우체통에 놓었어요.

   Viết thư rồi bỏ vào thùng thư.

2. 김밥을 싸고 친구하고 같이 먹었어요.

   Mua cơm cuộn rồi cùng ăn với bạn.

3. 여행 중에는 감기가 들어 가지고 혼났어요.

   Trong lúc đi du lịch lại bị cảm cúm nên thật là sợ.

4. 선생님과 정이 들어 가지고 헤어지기 싫었습니다.

   Quý cô giáo quá nên không muốn chia tay với cô.

5. 전등불이 너무 어두워 가지고 책을 읽을 수가 없어요.

   Đèn tối quá nên không đọc được sách.

137. ĐỘNG/TÍNH TỪ + 아/어/해 내다

Ý nghĩa: Xong, hoàn thành, rồi, ra.

Diễn tả một việc đã được hoàn thành và có kết quả.

Ví dụ:

1. **우리는 그의 전화번호를 찾아 냈습니다.**

   Chúng tôi đã tìm ra số điện thoại của anh ấy.

2. **네가 일을 해 냈구나.**

   Cậu đã làm xong việc đó rồi đấy à.

3. **군대 생활의 어려움을 잘 참아 냈습니다.**

   Nó đã chịu đựng tốt đời sống khó khăn của quân ngũ.

4. **그들은 결국 상대 팀을 이겨 내고 말 것이다.**

   Cuối cùng họ sẽ chiến thắng đội đối thủ.

5. **누가 도둑인지 밝혀 내고 말겠다.**

   Sẽ làm rõ ai là kẻ trộm cho xem.

138. ĐỘNG TỪ 아/어/여 놓다/두다

Ý nghĩa: Sẵn rồi/Xong rồi…

chỉ trạng thái hoàn tất của động từ được bảo toàn nguyên vẹn.

Ví dụ:

1. 다음 달에 고향에 갔다 오려고 비행기 표를 예약해 놓았어요.

   Tháng tới tôi dự định quay về quê hương, vé máy bay đã đặt mua rồi.

2. 어머니 생신 선물을 보내려고 인삼을 사 놓았어요.

   Tôi dự định gửi quà sinh nhật cho mẹ nên đã mua nhân sâm rồi.

3. 추석 전에는 차가 많이 막히니까 미리 장을 봐 놓아야겠어요.

   Vì trước trung thu rất kẹt xe nên trước đó tôi đã phải đi chợ trước.

4. 환기시키려고 창문을 열어 놓았어요.

   Để thông gió nên tôi đã mở cửa sổ ra rồi.

5. 깨끗이 닦아 두었어요

   Đã lau sạch sẽ xong rồi.

139. ĐỘNG TỪ 아/어/여 달라다

Ý nghĩa: Mong nhờ giúp/làm/yêu cầu/đòi
Đây là cấu trúc gián tiếp dùng để yêu cầu người khác làm việc gì đó.

Ví dụ:

1. 나는 그에게 편지를 부쳐 달라고 부탁했어요.
   Tôi nhờ anh ấy gửi thư cho tôi.

2. 나는 그에게 도와 달라고 하고 싶었어요.
   Tôi muốn yêu cầu cậu ấy giúp.

3. 아들이 아버지에게 컴퓨터를 사 달라고 했어요.
   Cậu con trai đòi ba mua máy tính cho mình.

4. 남동생이 자꾸 놀아 달라고 해요.
   Em trai tôi cứ đòi tôi chơi với nó.

5. 친구한테 숙제 도와 달라고 했어요.
   Tôi nhờ bạn giúp tôi làm bài tập.

140. ĐỘNG TỪ 아/어/여 대다

Ý nghĩa: Tiếp tục, liên tục, vẫn, mãi
Dùng để diễn tả hành động phía trước kéo dài và liên tục diễn ra.

Ví dụ:

1. 쉬는 시간에는 학생들이 떠들어 대요.
   Hễ đến giờ nghỉ là học sinh lại gây huyên náo.

2. 아이는 어디가 아픈지 계속 울어 대요.
   Đứa bé đau chỗ nào mà cứ khóc mãi.

3. 누구인데 그렇게 전화를 걸어 대니?
   Ai mà cứ liên tục gọi vậy nhỉ?

4. 김 교수는 화가 나면 담배를 피워대는 버릇이 있다.
   Giáo sư Kim có tật mỗi khi giận là liên tục hút thuốc.

5. 사람들이 어찌나 떠들어 대는지 안내 방송을 들을 수 없었다.
   Mọi người sao cứ làm ồn mãi khiến tôi chẳng nghe được phát thanh hướng dẫn.

141. ĐỘNG/TÍNH TỪ + (으)므로

DANH TỪ 이다 + (으)므로

Ý nghĩa: Do, vì…

Diễn tả vế trước trở thành lý do hay căn cứ của vế sau.
Không đi với đuôi câu mệnh lệnh hay đề nghị.
Do mang tính trang trọng nên sử dụng nhiều trong văn viết.

Ví dụ:

1. 신호를 어겼으므로 벌금을 내셔야 한다.
   Anh phải nộp tiền phạt vì đã vi phạm tín hiệu giao thông.

2. 한 학기 동안 성적이 우수하였으므로 상장을 받는다
   Vì thành tích xuất sắc trong suốt học kỳ nên được nhận giấy khen.

3. 경제적으로 어려우므로 기부금이 줄어들고 있다
   Do khó khăn về kinh tế nên tiền quyên góp giảm đi.

4.지금은 장마철이므로 우산을 가져가야 된다
   Vì bây giờ là mùa mưa nên phải mang dù theo.

5. 이 컴퓨터는 공동의 재산이므로 소중히 사용합시다
   Máy tính này là tài sản chung nên hãy cùng sử dụng một cách cẩn thận.

142. DANH TỪ 은/는 커녕

Ý nghĩa: Nói chi đến, gì chứ, gì đâu

Dùng để phủ định một vấn đề, một hành động hoặc giới hạn nào đó bằng cách so sánh sự vật trước với sự vật sau.

Ví dụ:

1. 그는 결혼은커녕 연애도 한 번 못 해 본다.

   Anh ấy chưa từng yêu một lần nói chi đến kết hôn.

2.해외 여행은커녕 제주도에도 못 가 봤다

   Đảo Jeju còn chưa đi nói chi du lịch nước ngoài.

3.내일이 시험인데도 공부는커녕 낮잠만 잔다

   Ngày mai là kỳ thi thế mà nó cứ ngủ ngày hoài nói gì đến học.

4.떡국은커녕 밥도 못 먹었다

   Nói chi đến canh bánh gạo ngay cả cơm còn chưa ăn.

5.나는 소주는커녕 맥주도 못 마신다

   Nói chi đến soju bia còn không uống được.

143. DANH TỪ (이)나

DANH TỪ (이)나 할 것 없이

Ý nghĩa: bất kể, hay, không phân biệt, dù là… hay…
Cách diễn đạt không phân biệt đối tượng, tất cả đều giống nhau.

Ví dụ:

1.요즘은 출퇴근 시간이나 낮 시간이나 할 것 없이 차가 막히는 것 같다.
Dạo này dù là giờ cao điểm hay ban ngày đều tắc đường.

2.요즘 여자나 남자나 할 것 없이 성형수술이 대인기이다.
Xu thế phẫu thuật thẩm mỹ không phân biệt nam hay nữ đang rất được ưa chuộng.

3.젊은 사람이나 늙은 사람이나 할 것 없이 페이스북을 사용한다.
Không phân biệt già hay trẻ tất cả đều sử dụng facebook.

4.그녀는 부자들에게나 가난한 사람들에게나 할 것 없이 다 잘 해 준다.
Cô ấy đối xử tốt với mọi người dù là người giàu hay nghèo.

5.이 음식은 아이나 어른이나 할 것 없이 모두 좋아한다.
Món ăn này người lớn hay trẻ con đều thích.

144. DANH TỪ (이)나

Ý nghĩa: hay, hoặc

Diễn tả sự lựa chọn này hoặc kia bằng cách nêu hai danh từ trở lên.

Ví dụ:

1. 아침에 빵이나 밥을 먹는다.
   Tôi ăn bánh mì hoặc cơm vào buổi sáng.

2. 물이나 주스 주세요.
   Hãy cho tôi nước hoặc trái cây.

3. 방학에 제주도나 설악산에 가고 싶다.
   Vào kỳ nghỉ tôi muốn đi đảo Jeju hoặc núi Seorak.

4. 학교에 갈 때는 버스나 지하철을 탄다.
   Khi đến trường tôi đi xe buýt hoặc tàu điện ngầm.

5. 선생님은 화요일이나 수요일에 귀국하실 것이다.
   Thầy sẽ về nước vào thứ ba hoặc thứ tư.

145. Danh từ (이)나

Ý nghĩa: tận những, đến tận
Diễn tả mức độ vượt quá mong đợi hoặc quá mức thông thường.

Ví dụ:

1.친구를 두 시간이나 기다렸다.

Tôi đợi bạn những hai tiếng.

2.아이가 여덟 명이나 있다.

Có những 8 đứa con.

3.그 영화를 다섯 번이나 봤다.

Tôi đã xem bộ phim đó tận 5 lần rồi.

4.선생님의 소설은 5 개 국어로나 번역이 되었다.

Tiểu thuyết của ông được dịch sang tận 5 ngôn ngữ.

5.사과가 맛있어서 4 개나 먹었다.

Táo ngon nên tôi đã ăn những 4 trái.

146. DANH TỪ (이)나마

Ý nghĩa: may mà, cũng may

Diễn đạt rằng tuy không hài lòng nhưng đành chấp nhận một điều gì đó coi như đó là một sự thành công.

Ví dụ:

1. 헌 우산이나마 있으니 다행이다.

   May mà có cây dù cũ.

2.문제들이 조금이나마 해결이 되었다.

   Vấn đề ít nhiều được giải quyết rồi.

3.너나마 도와 주어서 다행이다.

   May mà còn có anh giúp.

4. 밥이 없지만 빵이나마 있어서 굶지 않는다.

   Tuy không có cơm nhưng may mà có bánh mì nên không phải nhịn đói.

5.잠깐이나마 만날 수 있어서 다행이라고 생각했다.

   Tôi nghĩ gặp một lúc thôi nhưng cũng thấy may mắn.

147. ĐỘNG/TÍNH TỪ - (ㄴ/는)다거나

Động từ ㄴ/는다거나

Tính từ 다거나

Ý nghĩa: hoặc, hoặc là

Dùng để liệt kê từ hai hành động/tính chất trở lên mà dù có lựa chọn một trong những cái đó cũng không có sự khác biệt.

Ví dụ:

1. 마이 씨는 맛있는 음식을 먹는다거나 노래를 부른다거나 하는 것으로 스트레스를 푼다.

   Mai nói rằng anh ấy giải stress bằng việc ăn đồ ăn ngon hay hát một bài hát.

2. 소리를 듣는다거나 어떤 물체를 본다거나하는 것은 가장 기본적인 지각 작용이다.

   Việc nghe âm thanh hay nhìn thấy một vật thể nào đó đều là những ứng dụng cơ bản nhất của tri giác.

3.그 아이를 다시 만난다거나 연락을 한다거나 하지 마라.

   Đừng có gặp hay liên lạc với đứa bé đó nha.

4. 나는 내 말에 귀를 기울인다거나 관심을 보인다거나 하는 사람에게 호감이 간다.

   Tôi có thiện cảm với người luôn lắng nghe hay quan tâm về lời nói của tôi.

5. 그녀는 예쁘다거나 귀엽다거나 하는 칭찬을 매우 좋아한다.

   Cô ấy nói là rất thích được khen đẹp hay dễ thương.

148. ĐỘNG/TÍNH TỪ (ㄴ/는)다고 해도

Động từ ㄴ/는다고 해서

Tính từ 다고해서

Ý nghĩa: Dù, dù có

Diễn đạt rằng một điều kiện nào đó đưa ra vẫn chưa đầy đủ để thỏa mãn một điều nào đó.

Ví dụ:

1. 그는 잘 생겼다고 해도 배우가 되는 것이 쉽지 않다.
   Dù có nói rằng anh ấy đẹp trai nhưng việc trở thành diễn viên thì không dễ.

2. 지금부터 열심히 공부한다고 해도 대학에 합격하기 어렵다.
   Dù bây giờ học hành chăm chỉ nhưng để đậu đại học thì rất khó.

3. 아무리 비싸다고 해도 필요한 책이라면 사야지.
   Cho dù có nói là đắt nhưng nếu là sách cần thiết thì phải mua chứ.

4. 아무리 친구라고 해도 서로 지켜야 할 예의가 있잖아요.
   Dù là chỗ bạn bè nhưng cũng có những điều lịch sự cần phải giữ

5. 지금 그녀는 후회한다고 해도 소용이 없다.
   Bây giờ dù có hối hận cũng không còn tác dụng gì.

149. ĐỘNG/TÍNH TỪ (ㄴ/는)다기에

Động từ ㄴ/는다기에

Tính từ 다기에

Ý nghĩa: Vì nghe nói... nên…
Dùng liên kết hai vế nhưng trích dẫn lời nói của một ai đó như là một lý do, chứng cớ cho sự xuất hiện của vế sau.

Ví dụ:

1. 그분이 주소를 적는다기에 나는 얼른 볼펜을 꺼냈다.

   Vì nghe vị đó nói là cần viết địa chỉ nên tôi đã nhanh tay lấy viết ra.

2. 네가 온다기에 여기 앉아서 기다리고 있었어.

   Vì nghe cậu đến nên tôi ngồi đây và chờ.

3. 네가 바쁘다기에 도와주러 왔어.

   Vì nghe cậu nói là bận nên tôi đến giúp.

4. 백화점에서 할인 행사를 한다기에 백화점에 갔다 왔다.

   Vì nghe nói trung tâm thương mại có giảm giá nên tôi đến đó.

5. 건강에 좋 다기에 하루에 한번 채식을 먹어요 .

   Vì nghe nói là tốt cho sức khỏe nên một ngày tôi ăn chay một bữa.

150. ĐỘNG/TÍNH TỪ-(ㄴ/는)다길래

Động từ ㄴ/는다길래

Tính từ 다길래

Ý nghĩa: do, vì

Dùng để diễn đạt để nói về một sự thật mà đã được nghe từ người khác như là một nguyên nhân, chứng cứ cho sự xuất hiện của vế sau.

Ví dụ:

1. 요즘 사과가 맛있다길래 좀 샀어.

   Dạo gần đây vì nghe nói táo ngon nên tôi đã mua một ít.

2. 동생이 책을 읽는다길래 텔레비전을 껐어.

   Em đọc sách nên tôi đã tắt ti vi.

3. 친구가 담배를 끊는다길래 저도 같이 끊기로 했어요.

   Nghe bạn nói là bỏ thuốc lá nên tôi cũng quyết định bỏ thuốc.

4. 마이 씨가 그일을 다 잊는다길래 저도 안 물었어요 .

   Mai nói là đã quên việc đó nên tôi đã không hỏi lại nữa.

5. 마이 씨가 영어를 잘 한다길래 문장 번역을 부탁했어요.

   Vì Mai nói bạn giỏi tiếng anh nên tôi đã nhờ dịch giùm vài câu.

151. ĐỘNG/ TÍNH TỪ- (ㄴ/는)다니(요)?

Động từ ㄴ/는다니요?

Tính từ 다니요?

Ý nghĩa: Ư? Là sao?

Có thể hiểu có ý nghĩa như cấu trúc (ㄴ/는)다니 무슨 말입니까?

Diễn tả sự không đồng ý hay nghi ngờ với ý kiến của đối phương, cũng có thể để thể hiện sự ngạc nhiên hay cảm thán về sự việc xảy ra bất ngờ.

Ví dụ:

1. 유학을 간다니요?

   Anh đi du học là sao?

2. 그 사람은 요즘 학교에 안 옵니다. 자주 안 온다니요? 아까도 왔는걸요.

   Dạo này người đó không đến trường thường xuyên. Không đến trường thường là sao? Lúc nãy mới đến đây mà.

3. 아이가 벌써 책을 읽는다니요?

   Bé đã đọc sách được rồi ư?

4. 그만 합시다. 그만 하자니요? 이렇게 할 일이 많은데요.

   Ngưng thôi. Ngưng là sao? Việc còn nhiều thế này kia mà.

5. 어제 영화가 재미있었다니요?

   Phim hôm qua hay lắm cơ mà?

152. ĐỘNG/TÍNH TỪ 아/어/여서 그런지

Ý nghĩa: Không biết có phải vì... hay không mà...
Ngữ pháp này kết hợp với một nguyên nhân để giải thích một kết quả nào đó, nhưng chỉ là dự đoán mà thôi và nguyên nhân không thể xác định rõ ràng.
Đuôi 하다 thì thành 해서 그런지.

Ví dụ:

1. 사람이 많아서 그런지 지하철은 언제나 덥다.
   Vì đông người hay sao ấy mà xe điện ngầm lúc nào cũng nóng.

2. 나는 솔직해서 그런지 생각한 것을 다 말해 버려요.
   Không biết có phải tôi thẳng thắn hay sao ấy nên nói ra hết những gì mình nghĩ.

3. 그는 바쁜 일이 있어서 그런지 아직도 안 돌아왔어요.
   Không biết có phải vì có việc bận hay sao ấy mà anh ấy vẫn chưa trở về.

4. 결석한 학생이 많아서 그런지 선생님 표정이 안 좋다.
   Không biết có phải vì học sinh vắng nhiều hay sao ấy nên vẻ mặt thầy không được vui.

5. 30 분이나 기다려서 그런지 그는 약간 화가 나 있었다.
   Không biết có phải do chờ những 30 phút hay không mà anh ta hơi giận.

153. ĐỘNG/TÍNH TỪ 아/어/여도

Ý nghĩa: Cho dù
Chỉ sự nhượng bộ, sự cho phép hoặc điều kiện nào đó, dù đồng ý hay thừa nhận vế trước đi nữa thì tình trạng như vế sau vẫn tồn tại.

Dùng phó từ 아무리 ở vế trước để làm rõ nghĩa của động từ/tính từ.

Ví dụ:

1. 한국말이 어려워도 배우겠습니다.
   Dù tiếng Hàn khó nhưng vẫn sẽ học.

2. 편지를 보냈어도 답장이 안 옵니다.
   Dù đã gửi thư nhưng vẫn không có hồi âm.

3. 열심히 일을 해도 돈을 모으지 못 해요.
   Dù làm việc chăm chỉ nhưng không dành dụm được tiền.

4. 아무리 바빠도 여자 친구는 만나야 해요.
   Dù bận thế nào đi nữa vẫn phải gặp bạn gái.

5. 아무리 문을 두드려도 사람이 나오지 않아요.
   Dù gõ cửa thế nào đi nữa vẫn không có người ra.

154. ĐỘNG/TÍNH TỪ 아/어/여야

Ý nghĩa: Phải... thì mới
Diễn tả một nguyên tắc hay chân lý, vế trước là tiền đề, vế sau là kết quả.

Không dùng với dạng mệnh lệnh và dạng đề nghị.

Hay kết hợp với (으)ㄹ 수 있다

Ví dụ:

1. **택시를 타야 편합니다.**
   Phải đi taxi mới tiện.

2. **한국말을 알아야 한국에서 살기가 편하지요.**
   Phải biết tiếng Hàn mới sống ở Hàn Quốc thoải mái được.

3. **커피를 한잔 마셔야 정신이 날 것 같아요.**
   Có lẽ phải uống một ly cà phê thì mới tỉnh táo.

4. **건강이 좋아야 무슨 일이든지 잘 할 수 있습니다.**
   Sức khỏe phải tốt mới có thể làm tốt bất cứ việc gì.

5. **신문을 보아야 새 정보를 얻는다.**
   Phải xem báo mới có được thông tin mới.

155. ĐỘNG TỪ 아/어/여야지

Ý nghĩa: Phải, phải chứ, phải là

Dùng khi muốn nói, khuyên nhủ ai đó cần thực hiện hành động nào đó, cũng có thể dùng khi người nói tự hứa với chính bản thân quyết định thực hiện việc nào.

Ví dụ:

1. 늦을 것 같으면 미리 연락해야지.

   Nếu thấy muộn thì bạn phải liên lạc trước chứ.

2. 잊어버리지 않으려면 중요한 일은 메모해 놓아야지.

   Để không quên thì phải ghi chú lại các công việc quan trọng chứ.

3. 한국에서 운전을 하고 싶어. 올해는 운전 연습을 열심히 해서 꼭 운전면허를 따야지.

   Mình muốn chạy xe ở Hàn Quốc quá. Năm nay phải chăm chỉ tập lái để lấy bằng lái xe mới được.

4. A: 세미나에 꼭 가야 돼?

   Chúng ta có nhất định phải đến hội thảo không?

   B: 그럼요. 우리 교수님이 발표를 하시니까 꼭 가야지.

   Đương nhiên rồi. Giáo sư phát biểu thì nhất định phải đi chứ.

5. 몸이 안 좋으면 무리하지 말고 쉬어야지.

   Nếu thấy không khỏe thì đừng cố sức mà phải nghỉ ngơi đi chứ.

156. ĐỘNG TỪ (으)ㄴ/는 사이에

Ý nghĩa: Trong lúc, trong khi
Diễn đạt một hành động xảy ra đồng thời với một hành động khác.

Ví dụ :

1. 내가 없는 사이에 전화 온 거 없어요?

   Khi tôi vắng mặt có ai điện thoại đến không vậy?

2. 집이 빈 사이에 도둑이 들었어요

   Trong lúc nhà không có ai, trộm đã vào nhà.

3. 네가 샤워하는 사이에 전화가 왔었어.

   Trong lúc bạn đang tắm có cuộc điện thoại đến đấy.

4. 아침을 먹는 사이에 친구한테서 전화가 왔어요.

   Trong lúc đang ăn sáng thì có cuộc điện thoại của bạn gọi đến.

5. 영화를 보는 사이에 계속 다른 생각만 했어요.

   Trong khi xem phim tôi chỉ nghĩ về việc khác.

157. ĐỘNG TỪ (으)ㄴ/는 셈 치다

Ý nghĩa: Xem như là, coi như là

Ngữ pháp này biểu hiện sự đánh giá, nhìn nhận hành động xem như một kết quả khi trên thực tế không phải như vậy.

Ví dụ :

1. 오늘 내가 밥 사는 것으로 지난 번에 빌린 돈을 갚은 셈 쳐요.

   Ngày hôm nay tôi trả tiền cơm xem như là trả lại tiền tôi đã mượn bạn lần trước.

2. 선물을 받은 셈 칠 테니까 가지고 돌아가세요. 마음만 받겠습니다.

   Xem như là tôi đã nhận quà của bạn và bạn hãy mang nó về đi. Tôi nhận tấm lòng vậy.

3. 껌 한 통에 5000 원이라고 하는 할머니가 불쌍해서 기부하는 셈 치고 두 통 사 드렸다.

   Một bà cụ tội nghiệp bán 1 gói kẹo cao su với giá 5.000 won nên tôi đã mua 2 gói xem như là giúp đỡ bà.

4. 가: 이 식당은 별로 맛있어 보이지 않아요.

   Nhà hàng này có vẻ không ngon lắm.

   나: 다른 식당도 없는데, 그냥 속는 셈 치고 한번 먹어 봐요.

   Vì không còn nhà hàng nào khác cả nên cứ xem như bị lừa mà ăn thử xem sao.

5. 친구의 말에 일리가 있었으니까 속는 셈 치고 그의 사업에 투자하기로 했다.

   Vì người nói có lý nên tôi cứ xem như là bị lừa và quyết định đầu tư vào dự án của cậu ấy.

158. ĐỘNG TỪ 는 수가 있다

Ý nghĩa: có thể, có khả năng xảy ra việc gì đó
Diễn tả rằng một sự việc gì đó mà khả năng hay xác suất xảy ra không cao, vế sau có thể là một mệnh đề tiêu cực.

Ví dụ :

1. 열심히 공부해도 시험에 떨어지는 수가 있어요.

   Dù học hành chăm chỉ nhưng thi cũng có thể rớt.

2. 당황하면 아는 것도 대답 못하는 수가 있어요.

   Nếu hoảng hốt thì dù cái đã biết cũng có thể không trả lời được.

3. 이렇게 공부를 하면 시험에 불합격하는 수가 있어요

   Nếu học hành như thế này thì có khả năng rớt kỳ thi.

4. 늘 일찍 오지만 차가 막히면 늦게 오는 수도 있어요

   Tôi luôn đến sớm nhưng nếu bị kẹt xe thì cũng có thể đến trễ.

5. 똑똑한 우리 언니도 가끔 실수하는 수가 있어요

   Chị tôi thông minh nhưng đôi khi cũng sai sót.

159. ĐỘNG/TÍNH TỪ -(으)ㄹ 수 밖에 없다

Ý nghĩa: Không thể không, chẳng còn cách nào khác

Đây là dạng ngữ pháp kết hợp của hai ngữ pháp (으)ㄹ 수 없다 (không thể làm thứ gì đó) và 밖에 (ngoài ra) được dùng trong câu phủ định để diễn đạt ý nghĩa "chỉ có".

Khi hai ngữ pháp này kết hợp cùng nhau: -(으)ㄹ 수 없다 + 밖에 = -(으)ㄹ 수 밖에 없다 tạo ra hình thức hai lần phủ định, có nghĩa thành khẳng định và không còn con đường nào khác.

Ví dụ :

1. **그 식당은 음식이 맛있고 서비스도 친절해서 손님이 많을 수밖에 없다.**

   Cửa hàng đó món ăn thì ngon, phục vụ thì ân cần nên không thể không nhiều khách.

2. **시간이 없어서 택시를 탈 수밖에 없어요.**

   Vì không còn thời gian nên chỉ còn cách là bắt taxi.

3. **등록금을 벌어야 해서 피곤해도 아르바이트를 할 수밖에 없어요.**

   Vì phải chi trả tiền học phí nên dù có mệt thì cũng không còn cách nào khác là phải đi làm thêm.

4. **다리를 다쳐서 등산 약속을 취소할 수밖에 없어요.**

   Do chân bị đau nên không có cách nào khác đành phải hủy cuộc hẹn đi leo núi.

5. **아이를 봐 줄 사람이 없어서 어린이집에 보낼 수밖에 없어요.**

   Không có người để trông con nên không có cách nào ngoài việc gửi chúng đến nhà giữ trẻ.

160. ĐỘNG TỪ 는 중이다

Ý nghĩa: Đang làm gì
Thể hiện hành động, trạng thái đang tiếp diễn.

Tương tự: 고 있다

Ví dụ :

1. **지금 공부하는 중이에요.**

   Bây giờ tôi đang học.

2. **편지를 쓰는 중이에요.**

   Tôi đang viết thư.

3. **그 책을 찾는 중이에요.**

   Tôi đang tìm quyển sách đó.

4. **그들은 방에서 쉬는 중이에요.**

   Họ đang nghỉ ngơi ở trong phòng.

5. **그 학생은 숙제를 하는 중이에요.**

   Cậu học sinh đó đang làm bài tập.

161. DANH TỪ 에 의해(서)

Ý nghĩa: Do, bởi

Diễn đạt một lý do, người hay vật nào đó thực hiện hành động trong câu bị động. 에 의해(서) trong câu chủ động mang nghĩa "do", trong câu bị động mang nghĩa "bởi, bằng, được".

Ví dụ:

1. **고속도로에서 발생한 사고에 의해 사람들이 지나가지 못했어요.**

   Do tai nạn xảy ra trên đường cao tốc nên mọi người đã không thể đi qua được

2. **집에 들어온 도둑에 의해서 문이 부서졌어요.**

   Cửa bị vỡ do tên trộm đột nhập vào nhà.

3. **이 화장품은 한국 회사에 의해서 공급됐어요.**

   Mỹ phẩm này được cung cấp bởi công ty Hàn Quốc.

4. **아이는 필요에 의해서가 아닌 사랑으로 가져야 한다.**

   Trẻ em phải được sinh ra bởi tình yêu chứ không phải bởi sự cần thiết.

5. **성차별에 의해 여자들이 회사에서 승진하는 게 힘들어요.**

   Do sự phân biệt giới tính nên việc thăng tiến của phụ nữ ở công ty khó khăn.

162. CẤU TRÚC 에다(가)

Danh từ 에다(가)

Động từ 는 데다가

Tính từ 은 데다가

Ý nghĩa: Không những, không chỉ
Diễn tả/biểu thị mức độ tăng thêm/nhiều hơn nội dung khác đã đề cập trước đó. Có thể đi cùng với 도, 까지 cho mệnh đề phía sau.

Ví dụ:

1. 날씨가 추운 데다가 바람도 많이 불어요.
   Thời tiết không những lạnh lại còn nhiều gió.

2. 저녁 식사에다가 과일까지 먹어서 배가 불어요.
   Đã ăn bữa tối rồi lại còn ăn trái cây nên no.

3. 너무 추워서 내복에다가 스웨터에다가 코트까지 입었어요.
   Vì quá lạnh nên đã mặc áo lót trong, thêm áo len rồi còn mặc thêm áo khoác nữa.

4. 생일 선물로 케이크에다가 목걸이에다가 속옷도 받았어요.
   Quà sinh nhật nhận được không chỉ là bánh kem mà còn cả dây chuyền, quần lót.

5. 일본에 가는 데다가 영국까지 가 봤어요.
   Đi Nhật rồi đi cả Anh.

163. DANH TỪ 에다가

Ý nghĩa: Thêm vào (cái gì đó) vào, bỏ vào...
Dùng khi nhấn mạnh vào một danh từ, một địa điểm nào đó

Ví dụ:

1. 의자에다가 앉았어요.(×)

   의자에 앉았어요. Tôi đã ngồi vào ghế.

2. 운동장에다가 사람들이 많아요.(×)

   운동장에 사람들이 많아요. Có nhiều người ở sân vận động.

3. 인천에다가 살았어요.(×)

   인천에 살았어요. Tôi đã sống ở Incheon.

4. 쓰레기는 쓰레기통에다가 버려 주세요.
   Xin hãy bỏ rác vào thùng rác.

5. 여권은 서랍에다가 잘 놓어 두세요.
   Hãy để hộ chiếu vào ngăn kéo.

6. 한달에 한번 집에다가 전화를 해요.
   Tôi gọi điện về nhà một tháng một lần.

7. 가족사진을 벽에다가 걸어 놨어요.
   Tôi treo sẵn ảnh gia đình lên tường.

8. 공책에다가 글씨를 썼어요.
   Tôi đã viết chữ vào vở.

164. DANHTÍNH TỪ 면서도

Danh từ 이면서도

Động/Tính từ (으)면서도

Ý nghĩa: Mặc dù ... nhưng, tuy .. nhưng mà lại
Sử dụng để miêu tả một tình huống có hai điều đối lập/trái ngược nhau, mệnh đề thứ hai không được kỳ vọng.

Ví dụ:

1. 우리 오빠는 요리사이면서도 집에서는 요리는 안 해요.
   Anh trai tôi dù là đầu bếp nhưng ở nhà lại không nấu ăn.

2. 여자친구가 있으면서도 소개팅을 했단 말이야?
   Đã có bạn gái rồi nhưng vẫn đi xem mắt ư?

3. 현우는 날마다 놀기만 하면서도 어쩜 그렇게 시험을 잘 볼까?
   Huyn Woo chơi mỗi ngày thế mà sao thi tốt vậy nhỉ?

4. 동생은 돈을 못 벌면서도 쇼핑을 너무 좋아해요.
   Em trai tuy không thể kiếm được tiền nhưng rất thích mua sắm.

5. 이 식당은 값이 싸면서도 음식이 맛있어서 손님이 많아.
   Nhà hàng này tuy giá rẻ nhưng món ăn ngon nên đông khách.

165. ĐỘNG TỪ 아/어/여 먹다

Ý nghĩa: Rồi, toi

Động từ bổ trợ dùng để nhấn mạnh hành động phía trước, đặc biệt thường dùng trong trường hợp hành động đó hoặc tình huống từ hành động đó mang lại kết quả đáng tiếc.

Ví dụ:

1. 약속을 잊어 먹었어요.

   Tôi đã quên mất cuộc hẹn.

2. 야구공으로 유리를 깨 먹었다.

   Tôi đã làm vỡ kính bằng quả bóng chày.

3. 그 버릇도 이젠 해 먹기 힘들다.

   Cái thói quen đó khó mà dùng được

4. 그는 아이들의 순진함을 이용해 먹는 장사치였다.

   Hắn ta từng là dân buôn chuyên lợi dụng sự ngây thơ của bọn trẻ.

5. 공금을 해 먹다.

   Tham ô quỹ công.

166. ĐỘNG TỪ 아/어/여 버리다

Ý nghĩa: mất rồi, tiêu rồi, rồi.
Dùng khi diễn đạt một hành động nào đó đã hoàn toàn kết thúc. Có thể là tâm trạng thoải mái, luyến tiếc nào đó, cũng có thể là để nhấn mạnh hành động.

Ví dụ:

1. 일을 다 끈내 버렸어요.

   Tôi đã làm xong hết mọi việc rồi.

2. 고민하다가, 사 버렸어요!

   Tôi đã do dự, nhưng (cuối cùng) tôi đã mua nó!

3. 공항에 너무 늦게 도착해서 비행기가 떠나 버렸다.

   Vì đến sân bay trễ quá nên máy bay đã khởi hành mất rồi.

4. 휴대폰을 떨어뜨려서 액정이 깨져 버렸다.

   Vì làm rơi điện thoại nên màn hình vỡ mất rồi.

5. 컴퓨터 게임하느라고 약속을 잊어 버렸다.

   Tại mãi chơi game nên tôi đã quên mất cuộc hẹn.

167. ĐỘNG TỪ 아/어/여 있다

Ý nghĩa: Đang
Diễn tả một hành động đã hoàn thành nhưng trạng thái của nó vẫn đang tiếp tiễn.

Ví dụ:

1. 그 학생이 일어나 있어요.

   Cậu học sinh đó đang đứng.

2. 약속 장소에 도착했을 때 그 사람이 벌써 와 있었어요.

   Khi tôi đến chỗ hẹn thì người đó đã đến đó rồi.

3. 자료가 책상 위에 놓여 있습니다.

   Tài liệu đang được đặt trên bàn.

4. 병원 문이 닫혀 있어서 진철을 못 받아요.

   Cổng bệnh viện đang (bị) đóng nên không khám bệnh được.

5. 아내와 떨어져 있으니까 외롭고 쓸쓸해요.

   Vì đang xa vợ nên cô đơn hiu quạnh.

168. ĐỘNG/TÍNH TỪ 아/어/여서 죽겠다

Ý nghĩa: Chết đi mất

Diễn đạt một sự việc nào đó lên đến mức độ cao trào, thậm chí là không thể chịu đựng nổi. Đây là cách nói thông tục không phải là cách nói lịch sự.

Ví dụ:

1. 배가 고파서 죽겠어요.

   Đói bụng chết đi được.

2. 이 강아지가 귀여워서 죽겠어요.

   Chú cún con này dễ thương chết đi được.

3. 엄마가 보고 싶어서 죽겠어요.

   Nhớ mẹ chết đi được.

4. 밤에 늦게까지 일을 했더니 졸려서 죽겠다.

   Làm việc đến khuya nên buồn ngủ chết đi được.

5. 에구...날씨가 더워 죽겠네요.

   Ôi dào, trời nóng chết đi được.

169. CẤU TRÚC 던데(요)

Ý nghĩa: tôi cho rằng…, theo tôi được biết là…, tôi thấy rằng...
Dùng để giải thích cho một sự việc mà người nói đã trải nghiệm trong quá khứ, dùng chủ yếu là với người ít tuổi hoặc bạn bè, thậm chí suồng sã hơn thì dùng 더라.

Ví dụ :

1. **서울에는 눈이 안 왔던데요**.
   Ở Seoul không có tuyết rơi.

2. **이번 시험이 아주 쉬웠지요**?
   Kỳ thi lần này rất dễ phải không?
   아니요. 저는 지난 시험보다 더 어렵던데요.
   Không. Tôi thấy khó hơn kỳ thi lần trước đấy.

3. A: **피아노를 배우기가 어렵지요**?
   Học piano khó lắm phải không?
   B: **아니요. 배워 보니까 생각보다 쉽던데요**.
   Không. Học rồi mới thấy nó dễ hơn tôi nghĩ.

4. **이 선생은 저녁을 안 잡수셨던데요**.
   Ông Lee chưa dùng bữa tối.

5. **네, 남산에서 본 서울 야경이 아주 아름답던데요**.
   Vâng. Cảnh đêm của Seoul nhìn từ Namsan rất đẹp ạ.

6. **어제 밤에 눈이 많이 왔던데요**.
   Đêm qua tuyết rơi nhiều lắm.

170. ~도록

Ý nghĩa: để, cho, vì, khiến cho, đến nỗi

Biểu thị mục đích hoặc phương hướng của hành động ở câu văn phía trước, Cũng có khi chỉ giới hạn của câu văn trước đó.

Ví dụ :

1. 배가 터지도록 먹었어요.

   Tôi đã ăn cho đến mức muốn bể cả bụng.

2. 들기 쉽도록 싸 드릴까요?

   Tôi gói vào để cầm cho dễ nhé?

3. 사람들이 지나가도록 비켜 주세요.

   Xin hãy tránh ra để mọi người đi qua.

4. 유리가 깨지지 않도록 조심하세요.

   Cẩn thận đừng để kính bị vỡ.

5. 감기 걸리지 않도록 조심해

   Hãy cẩn thận để đừng bị cảm nhé,

171. DANH TỪ / ĐỘNG TỪ 든지

Động từ, tính từ 든지

Danh từ (이)든지

Quá khứ 았/었든지

Ý nghĩa: Dù… thì…, bất cứ
Nhằm diễn đạt rằng sự lựa chọn hay đối tượng nào đó hoàn toàn không liên quan, không tác động hay có giá trị nào đó, hay đi với 무엇, 어디, 누구, 언제, 어떻게.

Ví dụ:

1. **이 일은 남자든지 여자든지 다 할 수 있어요.**
   Việc này dù trai hay gái thì đều có thể làm được.

2. **어디에 살든지 고향을 잊지 마세오.**
   Dù sống ở đâu cũng đừng quên quê hương nhé.

3. **제가 누구를 사랑하든지 상관 마세요.**
   Dù tôi có yêu ai cũng đừng quan tâm.

4. **동생은 무엇이든지 잘 먹어요.**
   Cái gì em tôi cũng ăn được.

5. **언제든지 찾아오세오.**
   Hãy tìm đến tôi bất cứ lúc nào

6. **그 사람이 과거에 무슨 일을 했든지 중요하지 않다.**
   Trong quá khứ anh ta đã làm gì thì cũng không quan trọng.

172. ĐỘNG TỪ (으)ㄹ걸 그랬다

Động từ (으)ㄹ 걸 그랬다

Động từ 지 말 걸 그랬다

Ý nghĩa: Biết vậy thì đã, biết vậy thì, đáng ra.
Diễn tả sự hối hận, hối tiếc về việc đã không làm điều gì đó trong quá khứ.

Trong khi nói có thể giản lược thành 그랬다.

Ví dụ :

1. 표가 없어서 영화를 못 봤다. 미리 표를 살 걸 그랬다.

   Không có vé nên đã không thể xem phim được. Biết vậy thì đã mua vé trước rồi.

2. 공부를 안 해서 시험을 잘 못 봤다. 공부를 많이 할 걸 그랬다.

   Vì không học nên thi không tốt. Biết vậy đã phải học thật chăm chỉ.

3. 저녁에 커피를 마셔서 잠을 못 잤다. 커피를 마시지 말 걸 그랬다.

   Vì uống cà phê vào buổi tối mà không thể ngủ được. Biết vậy đừng uống cà phê.

4. 아침을 안 먹어서 배가 고프다. 아침을 먹을 걸 그랬다.

   Buổi sáng không ăn gì nên đói quá. Biết vậy thì đã ăn sáng rồi.

5. 새로 자른 머리가 마음에 들지 않는다. 자르지 말 걸 그랬다.

   Tôi không thích kiểu tóc mới này. Biết vậy thì đừng cắt cho rồi.

173. ĐỘNG/TÍNH TỪ ㄴ/는 듯이

Động từ (으)ㄴ,는, (으)ㄹ 듯이

Tính từ (으)ㄴ 듯이

Ý nghĩa: có vẻ như, giống như, như là
Nhằm diễn đạt một sự so sánh nào đó.

[1] 는 듯이: Diễn đạt nghĩa giống như hành động đó hiện được tiến hành.

[2] (으)ㄴ 듯이: Diễn tả sự hoàn tất của hành động hoặc diễn tiến của trạng thái.

[3] (으)ㄹ 듯이: Diễn tả tương lai, suy đoán.

Ví dụ :

1. 준수는 그 집을 아는 듯이 앞장 서서 갔습니다.
   Jun-su đi trước như thể biết căn nhà đó vậy.

2. 다 알면서도 아무 것도 모르는 듯이 시치미를 뗀다.
   Biết hết mà lại giả vờ như không biết gì.

3. 나는 누구를 만나든지 친한 듯이 웃고 반갑니다.
   Gặp ai tôi cũng cười và vui mừng như thân thiết.

4. 남자들은 여자 앞에서 자기가 제일인 듯이 뽐내려고 한다.
   Con trai khoác lác trước mặt con gái như thể mình là số một vậy.

5. 두 사람은 싸울 듯이 큰 소리를 내며 손가락질을 해 댔다.
   Hai người chỉ trỏ cãi nhau ầm ĩ như thể là sắp đánh nhau.

6. 금방이라도 울 듯이 눈에 눈물이 고였다.
   Nước mắt rưng rưng như sắp khóc đến nơi.

PHẦN 2. QUÁN DỤNG NGỮ

가닥을 잡다	Nắm được nguyên nhân, hiểu được nguyên nhân
가슴에 못(을) 박다	Làm tổn thương (ai đó)
가슴을 쓸어내리다	Thở phào nhẹ nhõm
가슴을 치다	Đau đơn (vì hối hận, oán thán)
가슴이 내려앉다	Giật nảy cả mình, giật thót
가슴이 뜨끔하다	Giật mình thon thót/ Bất ngờ/ Căn rứt lương tâm
가슴이 미어지다	Vết thương lòng/ Vỡ tim
가슴이 저리다	Đau buồn, đau nhói, tổn thương
가슴이 찡하다	Rung động, nhói trong tim
가슴이 찢어지다	Đau như xé lòng
가시 방석에 앉다	Ngồi trên đống lửa, thấp thỏm
가시밭길을 가다	Sống cuộc sống vất vả, khó khăn
각광을 받고 있다	Được yêu thích, được chú ý, chú trọng
간(이) 떨어지다	Rụng rời chân tay, rất ngạc nhiên
간에 기별도 안 가다	Không vừa lòng, chẳng bõ dính răng
간을 녹이다	Bị cuốn hút, quyến rũ, mê hoặc
간이 콩알만 해지다	Nhát gan
갈피를 못 잡다	Không biết đâu mà lần
강 건너 불 보듯 하다	Khoanh tay đứng nhìn
게 눈 감추듯	Trong nháy mắt
고개가 수그러지다	Cúi đầu kính trọng, kính cẩn
고개를 갸웃거리다	Nghi ngờ, nghi vấn
고배를 마시다	Nếm trái đắng, thất bại
골머리를 썩다 (썩이다)	Rất lo lắng việc gì
골치 아프다	Đau đầu vì vấn đề gì
골탕을 먹다	Bị đau, bị thiệt hại nặng
과언이 아니다	Không quá lời

국수를 먹다	Kết hôn
굴뚝 같다	Rất muốn làm việc gì đó, khao khát, thèm muốn
귀가 따갑다	Rát cả tai, nghe chán ra rồi
귀가 뚫리다	Hiểu, thấu hiểu
귀가 번쩍 뜨이다	Chú ý lắng nghe, để ý đến cái gì
귀가 솔깃하다	Dựng tai lên để nghe, hứng thú
귀가 얇다	Nhẹ dạ cả tin
귀를 기울이다	Chăm chú lắng nghe
귀를 의심하다	Không tin vào tai mình, nghi ngờ
귀에 거슬리다	Trái tai, không hài lòng
귀에 들어가다	Lọt vào tai ai (tin tức)
귀에 익다	Quen tai
그림의 떡	Mơ điều ngoài tầm tay
기가 막히다	Ngỡ ngàng
기가 죽다	Hết hứng thú, mất hứng, chán nản, mệt mỏi
긴말이 필요 없다	Không cần nói nhiều
꼬리가 길다	Tiếp tục làm gì bí mật trong thời gian dài
꼬리를 물고 있다	Sự việc lặp đi lặp lại, không có hướng giải quyết
꼬리를 밟히다	Bám đuôi
꼬리에 꼬리를 물다	Nối đuôi nhau
꿈도 못 꾸다	Điều không tưởng, không mơ tới
나 몰라라 하다	Không quan tâm, không để ý
날개 돋치다	Bán chạy như tôm tươi/ Tiếng đồn lan nhanh
날개 돋친 듯이	Như tôm tươi
날개를 펴다	Phát triển mạnh mẽ sau khi gặp khó khăn
날을 잡다	Chọn ngày
낯이 뜨겁다	Rất xấu hổ hoặc ngại ngùng
너 나 할 것 없이	Bất kể ai, dù là ai đi nữa
녹초가 되다	Kiệt sức, đứt hơi
눈 감아 주다	Bỏ qua cho, thông cảm cho
눈 깜짝할 사이	Chỉ trong nháy mắt
눈 뜨고 볼 수 없다	Không thể nhìn nổi cảnh tưởng khủng khiếp

눈 밖에 났다	Bị mất tín nhiệm
눈(알)이 빠지도록 기다리다	Mòn mỏi chờ đợi
눈(에) 띄다	Nổi trội, đập vào mắt
눈(을) 돌리다	Quan tâm đến cái khác
눈(을) 붙이다	Chợp mắt
눈(을) 속이다	Qua mắt ai đó, lừa ai đó
눈(이) 높다	Tiêu chuẩn cao
눈감아 주다	Bỏ qua cho ai, tha thứ
눈독을 들이다	Để mắt đến, quan tâm
눈에 거슬리다	Trái mắt
눈에 밟히다	Luôn suy nghĩ đến nó, nhớ nhung
눈에 불을 켜다	Tập trung làm gì, nổi giận
눈에 선하다	Sống động, hiện rõ
눈에 익다	Quen mắt, quen mặt
눈을 끌다	Thu hút sự hấp dẫn của ai
눈을 피하다	Tránh ánh mắt ai đó
눈이 뚫어지게	Nhìn chằm chằm
눈이 빠지게 (빠지도록) 기다리다	Chờ mòn mỏi
눈이 캄캄하다	Tối mắt, choáng váng, không nghĩ được gì
눈이 트이다	Biết về cái gì, bắt đầu quan tâm đến cái gì đó
눈코 뜰 새 없이	Bận tối mắt tối mũi
다리를 놓다	Làm trung gian, giới thiệu
다리를 뻗고 자다	Duỗi thẳng chân ngủ, thoải mái
닳고 닳다	Mòn mỏi, mệt mỏi
담을 쌓다	Không quan tâm đến ai
더할 나위 없이	Không thể tốt hơn nữa, lý tưởng, hoàn hảo
덜미를 잡다	Bị nắm thóp, nhược điểm
도마 위에 오르다	Nằm trên thớt
돈방석에 앉다	Ngồi trên đống tiền
된서리를 맞다	Bị đóng băng
땅에 떨어지다	Rơi rớt, không còn giá trị nữa
떡국을 먹다	Thêm một tuổi

뜸을 들이다	Làm kỹ việc
마음먹다	Quyết tâm, nhất định làm gì
마음에 들다	Hài lòng
마음을 놓다	Yên tâm
마음을 비우다	Vứt bỏ tham vọng
마음을 졸이다	Hồi hộp, thấp thỏm
마음이 굴뚝같다	Rất mong muốn làm gì
마음이 통하다	Thấu hiểu
말만 앞세우다	Chỉ nói không làm
맛을 들이다	Cảm thấy thích, cảm thấy thú vị/ Làm cho thích
맥이 빠지다	Mệt mỏi, hết hứng thú
머리(를) 굴리다	Suy nghĩ, tìm cách
머리(를) 굽히다 (숙이다)	Khuất phục/ Luồn cúi
머리(를) 긁다	Xấu hổ hoặc bối rối (gãi đầu gãi tai)
머리(를) 식히다	Bình tĩnh lại/ Nghỉ ngơi đầu óc
머리가 (잘) 돌아가다	Thông minh
머리가 가볍다	Đầu óc nhẹ nhàng, thoải mái
머리가 굳다	Đầu óc đần độn, trí nhớ kém
머리가 무겁다	Nặng nề, mệt mỏi
머리가 크다	Thành người lớn/ Suy nghĩ chín chắn
머리를 맞대다	Chụm đầu làm gì
머리를 숙이다	Cúi đầu
머리를 쥐어짜다	Vắt óc suy nghĩ
머리에 피도 안 마르다	Miệng còn hơi sữa
못을 박다	Khẳng định chắc chắn, khăng khăng
물 건너가다	Quá muộn, hết hy vọng
물 쓰듯이	Xài như nước
물과 기름	Như chó với mèo
물불을 가리지 않다	Bất chấp
미역국(을) 먹다	Thi rớt
바가지 쓰다/씌우다	Chặt, chém giá tiền
바가지(를) 긁다	Càu nhàu

바가지를 쓰다	Nói thách, chặt chém giá
바람을 넣다	Cổ vũ ai/ Xúi dục
바람을 쐬다	Hóng gió, thay đổi không khí
바람을 일으키다	Tạo phong trào, làn gió mới
박차를 가하다	Cổ vũ, tăng tốc
발 디딜 틈이 없다	Quá chật, không có chỗ chen chân
발 벗고 나서다	Đứng ra, bắt đầu làm gì
발등에 불이떨어 져서	Nước đến chân, rất gấp rút
발등을 찍히다	Làm hư hại hay đổ bể công việc
발목을 잡다	Gây cản trở, gây khó khăn
발을 끊다	Không đi lại nữa, cắt đứt quan hệ
발을 붙이다	Dựa vào ai, nhờ cậy ai/ Chen chân
발을 빼다	Không tham gia nữa, cắt quan hệ
발이 넓다	Mối quan hệ rộng
배가 아프다	Ghen tị với thành công của ai
벽에 부딪치다	Gặp khó khăn, gặp trở ngại
변덕이 죽 끓듯 하다	Sáng nắng chiều mưa
복장(이) 터지다	Phát điên lên mất
비 오듯	Như mưa trút
비행기를 태우다	Cho đi tàu bay giấy, nịnh nọt chuyện không có thật
빙산의 일각	Chỉ là góc nhỏ của tảng băng, chỉ là một phần của thực tế
뿌린 대로 거두다	Gieo gì gặt nấy
상다리가 부러지다	Chuẩn bị quá nhiều đồ ăn
색안경을 끼다	Có định kiến
세상을 뜨다	Chết, qua đời
소 잃고 외양간 고친다	Mất bò mới lo làm chuồng
소리 소문도 없이	Lẳng lặng, bí mật
속(을) 끓이다	Lo lắng/ tức giận
속(을) 뜨다 [떠보다]	Dò dẫm ý tứ
속(을) 썩이다	Buồn rầu
속(이) 보이다	Thấy hết ruột gan

속(이) 시원하다	Mừng trong bụng, thỏa thích
속(이) 타다	Rất lo lắng
속에 없는 말 [소리]	Nói không thực lòng
속을 달래다	Dỗ dành, vỗ về
속을 태우다	Làm người khác lo lắng, dằn vặt
손꼽아 기다리다	Chờ từng ngày
손발이 맞다	Phối hợp tốt với nhau
손사래를 치다	Từ chối, hất tay/ Phủ nhận
손에 놓다 (놓아나다)	Như trong lòng bàn tay
손에 땀을 쥐다	Lo lắng
손에 떨어지다	Rơi vào tay (kẻ thù)
손에 익다	Quen tay
손에 잡히다	Bắt đầu quen việc
손을 대다	Bắt đầu làm gì
손을 떼다	Dừng, không làm gì nữa
손을 벌리다	Yêu cầu giúp đỡ
손을 잡다	Bắt tay cùng làm gì, liên kết với nhau
손을 잡다	Bắt tay làm gì
손이 크다	Nhiều, rộng rãi, có năng lực, có quan hệ
시간 가는 줄 모르다	Không biết thời gian trôi, nhanh quá
시동을 걸다	Khởi động
시선을 끌다	Thu hút sự quan tâm của mọi người
쓸개가 빠지다	Thiếu chính kiến, thiếu tự chủ
알다가도 모를 일이다	Biết rất ít
앞뒤를 잰다	Tính toán trước sau
애를 먹다	Vất vả
애를 쓰다	Cố gắng
어깨가 가볍다/무겁다	Cảm thấy nhẹ nhõm/nặng nề
어깨가 처지다	Thất vọng
어깨를 나란히 하다	Sánh vai
어깨에 (목에) 힘을 주다	Lên mặt, ra vẻ ta đây
얼굴을 내밀다	Tham gia, có mặt, ló mặt

얼굴이 두껍다	Mặt dày, không biết xấu hổ
엎친 데 덮치다	Họa vô đơn chí
윗물이 맑아야 아랫물이 맑다	Bề trên phải gương mẫu thì cấp dưới mới noi theo
을 돌리다	Quay lưng với ai
이(가) 갈리다/갈다	Nghiến răng, tức giận
이/가 투성이다	Cái gì đó đầy, cái gì đó rất nhiều
입 (안)이 쓰다	Không vui, không hài lòng
입 밖에 내다	Nói ra, nói ra ngoài
입 안에서 [끝에서] (뱅뱅) 돌다	Muốn nói lắm nhưng không nói được
입(말문)이 떨어지다	Nói ra
입(을) 다물다	Không nói, ngậm miệng
입(을) 맞추다	Nói cho hợp với nhau
입(을) 모으다	Cùng một ý kiến
입(이) 가볍다[싸다]	Hay nói, không giữ bí mật
입만 살다	Chỉ có nói không làm
입만 아프다	Nói mãi mỏi cả miệng
입에 (게)거품을 물다	Nói trào bọt mép
입에 거미줄을 치다	Đói, không có gì để ăn
입에 달고 다니다	Luôn miệng (ăn, chửi)
입에 대다	Đưa vào miệng
입에 침이 마르다	Khô cả miệng, nói nhiều quá khô cả miệng
입을 딱 벌리다	Há hốc miệng
입이 닳다	Nói đi nói lại
입이 떨어지지 않다	Không mở nổi miệng, khó ăn khó nói
입이 심심하다	Miệng thấy trống vắng
입이 짧다	Kén ăn
잠귀 밝다	Ngủ rất tỉnh
쥐 죽은 듯(이)	Im lặng như tờ
쥐구멍에 들어가다	Quá xấu hổ, muốn tìm chỗ mà chui xuống
쥐도 새도 모르게	Không ai biết
진땀을 빼다	Đổ mồ hôi lạnh
찬물을 끼얹다	Làm cho ai mất hứng

찬밥 더운밥 가리다	Kén cá chọn canh
코가 납작해지다	Làm cho mất mặt, giảm uy thế
코가 높다	Ra vẻ ta đây, tự cao
코가 비뚤어지게 [비뚤어지도록	Say rượu hết biết đường
코앞에 닥치다	Ngay trước mặt, ngay trước mắt
콧등이 시큰하다	Cay sống mũi, xót xa, cảm động
파김치가 되다	Kiệt sức
팔소매를 걷어붙이다	Xắn tay để làm gì
팔짱 끼고 보다	Bàng quan, khoanh tay đứng nhìn
피도 눈물도 없이	Vô cảm xúc
피부에 와닿다	Cảm nhận sát sườn
하늘 높은 줄 모르다	Cao ngất (giá cả)/ Không biết trời cao đất dày
한 배를 타다	Cùng hội cùng thuyền
한 우물을 파다	Chỉ tập trung làm mottj việc từ đầu đến cuối.
한눈을 팔다	Mất tập trung, để ý lung tung
한솥밥을 먹다	Cùng ăn một nồi
한술 더 뜨다	Trầm trọng hơn, nặng hơn
할말이 잃다	Không thốt lên lời
허리가 부러지다	Sụn lưng, vất vả
허리가 휘다	Còng lưng, chăm chỉ làm việc
허리띠를 졸라매다	Thắt lưng buộc bụng
허리를 굽히다	Cúi mình, khiêm tốn hoặc khuất phục
혀를 굴리다	Khua môi múa mép, huênh hoang
혀를 차다	Chặc lưỡi, tỏ vẻ không hài lòng hoặc tiếc nuối
활개를 치다	Tung tăng, bay nhảy, mạnh mẽ làm gì

PHẦN 3. TỪ VỰNG

가	가공식품	Thực phẩm chế biến
	가구	Nhân khẩu, thành viên trong gia đình
	가구점	Cửa hàng bán đồ nội thất
	가급적이다	Càng lâu càng tốt
	가꾸다	Tỉa tót, trang điểm, làm cho đẹp
	가난하다	Nghèo
	가늘다	Mỏng
	가능하다	Có thể
	가닥	Mảnh, miếng, đoạn
	가닥을 잡다	Nắm được nguyên nhân, hiểu được nguyên nhân
	가동하다	Vận hành, hoạt động
	가득하다	Đầy
	가라앉다	Chìm xuống, lắng xuống
	가랑비	Mưa phùn
	가렵다	Ngứa
	가로 막다	Chắn ngang, chặn ngang
	가루비누	Xà phòng bột
	가리다	Phân biệt, chia tách
	가리키다	Chỉ, biểu thị
	가만있다	Im lặng, không động đậy
	가맹점	Cửa hàng thành viên
	가뭄	Hạn hán
	가볍다	Nhẹ, đơn giản
	가부장	Trưởng gia đình
	가분하다	Nhẹ nhàng
	가사	1. Việc nhà 2. Lời bài hát
	가사 노동	Làm việc nhà
	가상	Giả tưởng, ảo
	가상화폐	Tiền ảo

	가속화하다	Tăng tốc, gia tốc
	가스	Ga, chất ga
	가습기	Máy tăng độ ẩm
	가시다	Rửa sạch
	가요	Bài ca, ca khúc
	가입하다	Gia nhập
	가전	Gia truyền
	가전제품	Đồ điện gia dụng
	가져가다	Mang đi, lấy đi
	가져오다	Mang đến, mang lại
	가죽	Da, thuộc da
	가지다	Mang, có, sở hữu
	가축	Gia súc
	가치	Giá trị
	가치관	Giá trị quan
	가톨릭	Thiên Chúa giáo
각	각각	Mỗi, tất cả, riêng lẻ
	각광 받다	Được chú ý, được quan tâm
	각국	Các quốc gia, các nước
	각색하다	Chuyển thể
	각인각색	Mỗi người một vẻ
	각자	Mỗi người
	각종	Các loại, mỗi loại
	각지	Mọi nơi, các nơi
	각질	Chất sừng
간	간	Gan
	간격	Khoảng cách, cự ly
	간결하다	Ngắn gọn, đơn giản, gọn gàng
	간난하다	Vất vả, gian nan
	간단하다	Đơn giản, giản dị
	간담회	Buổi trao đổi, buổi nói chuyện

	간섭하다	Can thiệp
	간식	Bữa ăn nhẹ
	간절하다	Nồng nhiệt, thiết tha
	간접	Gián tiếp
	간직하다	Bảo quản, gìn giữ
	간질	Bệnh động kinh
	간파하다	Nhìn thấu qua, biết ngay được, nắm bắt
	간판	Tấm bảng, tấm bảng quảng cáo
	간편하다	Tiện nghi, tiện lợi
	간호하다	Chăm sóc bệnh nhân
	간혹	Thỉnh thoảng, đôi khi
갇	갇히다	Bị giam, bị nhốt
갈	갈다	1. Thay, đổi 2. Nghiền 3. Cày bừa, cày cấy
	갈대	Cây lau, cây sậy
	갈등	Mâu thuẫn, bất đồng, xung đột
	갈래	Ngã rẽ, hướng, phần
	갈색	Màu nâu
	갈수록	Càng, ngày càng
	갈아입다	Thay áo quần
	갈잎	Lá vàng, lá rụng
감	감기다	1. Nhắm mắt 2. Tắm gội
	감기약	Thuốc cảm cúm
	감독	Đạo diễn, huấn luyện viên
	감독하다	Quản lý, chỉ đạo
	감동적이다	Cảm động
	감면하다	Miễn giảm
	감사하다	1. Cảm ơn, cảm tạ 2. Kiểm tra, giám sát

	감상하다	Cảm nhận, thưởng thức
	감소하다	Giảm bớt, giảm xuống
	감수하다	1. Cam chịu, chịu đựng 2. Thẩm định, kiểm duyệt
	감시하다	Giám sát, theo dõi
	감염하다	Lây nhiễm
	감자튀김	Khoai tây rán
	감정	Tình cảm, tâm trạng
	감추다	Che giấu, giấu giiếm
	감탄하다	Thán phục, cảm thán
갑	갑	Giáp, chỉ chữ A
	갑자	Năm Giáp Tý, năm con chuột
	갑자기	Bất ngờ, đột nhiên
값	값싸다	Rẻ
강	강국	Cường quốc
	강당	Giảng đường
	강등하다	Xuống cấp, hạ cấp
	강력하다	Mạnh mẽ
	강물	Nước sông
	강변	Bờ sông
	강사	Giảng viên, giáo viên
	강습	1. Khóa huấn luyện ngắn 2. Cuộc tấn công
	강압	Sự đàn áp
	강연하다	Giảng giải, diễn giải
	강요하다	Bắt buộc, bắt ép
	강우량	Lượng mưa
	강의	Bài giảng, việc giảng dạy
	강제하다	Cưỡng chế, ép buộc
	강조하다	Nhấn mạnh
	강좌	Bài giảng

	강하다	Mạnh, rắn, cứng
	강화하다	Đẩy mạnh, tăng cường
갖	갖추다	Chuẩn bị, trang bị
갚	갚다	Trả lại, hoàn lại
개	개강하다	Khai giảng
	개개인	Mỗi cá nhân
	개고기	Thịt chó
	개구쟁이	Người hay đùa quá trớn
	개다	1. Trời quang đãng 2. Xếp, gấp
	개막식	Lễ khai mạc
	개발자	Người phát minh, người tìm ra
	개발하다	Khai thác, phát triển
	개방적이다	Rộng rãi, phóng khoáng
	개방하다	Mở cửa
	개별	Từng cá thể, từng người một
	개봉하다	Ra mắt, mở thư, trình chiếu lần đầu
	개선하다	Cải thiện, cải tiến
	개성	Cá tính
	개요	Tóm tắt, nội dung chủ yếu
	개인적이다	Có tính riêng tư, cá nhân
	개인정보	Thông tin cá nhân
	개입하다	Can thiệp, can dự
	개점하다	Mở cửa hàng, bắt đầu kinh doanh
	개척하다	Khai hoang, khai thác
	개천	Con suối, con sông
	개최하다	Tổ chức, chủ trì, đăng cai
	개통하다	Khai thông, kết nối
	개화하다	1. Khai hóa 2. Nở hoa, khai hoa
	개회사	Lời phát biểu khai mạc

객	객관적이다	Có tính khách quan
	객실	Phòng khách
갯	갯벌	Bãi lầy, ruộng bùn
갸	갸름하다	Hình trái xoan
거	거꾸로	Ngược, ngược lại
	거대하다	Đồ sộ, to lớn, khổng lồ
	거동하다	Cử động
	거두다	Thu hoạch, gom, giành được
	거둔 효과	Hiệu quả đạt được
	거듭하다	Lặp lại, làm đi làm lại
	거래하다	Giao dịch, buôn bán_qua lại
	거르다	Lọc, lấy ra
	거만하다	Ngạo mạn
	거머리	Con đỉa
	거미줄	Mạng nhện
	거북스럽다	Khó chịu
	거북이	Con rùa
	거세다	Mạnh, lớn
	거스름돈	Tiền thối lại, tiền thừa
	거액	Số tiền lớn
	거절하다	Cự tuyệt, từ chối, không đồng ý
	거주자	Người cư trú
	거주하다	Cư trú, sống, cư ngụ
	거짓	Giả dối, gian dối
	거치다	Đi qua, xuyên qua, thông qua
	거칠다	Gồ ghề, thô lỗ, không thành thạo
	거품	Bọt, bong bóng nước
걱	걱정거리	Nỗi lo
	걱정끼치다	Gây lo lắng

건	건강 검진	Kiểm tra sức khỏe
	건강기능식품	Thực phẩm chức năng
	건강식품	Thức ăn bồi dưỡng sức khỏe
	건국	Kiến quốc, xây dựng đất nước
	건기	Mùa khô
	건너편	Phía bên kia, phía đối diện
	건널목	Lối qua đường, đường ngang dân sinh
	건네다	Đi qua, đưa cho, bắt chuyện
	건더기	Cái-(trong thức ăn, cháo)
	건드리다	Khiêu khích, động chạm vào
	건립하다	Thành lập, thiết lập, xây dựng
	건망증	Bệnh đãng trí
	건설적이다	Có tính xây dựng, có tính hữu ích
	건설하다	Xây dựng, kiến thiết
	건성	Sự lơ là, không chú ý, lơ đễnh, hời hợt
	건수	Số lượng, số vụ
	건의하다	Kiến nghị
	건전지	Pin, ắc quy
	건전하다	Lành mạnh
	건조하다	Kiến tạo, xây dựng
	건조시키다	Sấy khô
	건조증	Chứng khô da
	건조하다	Khô, khô ráo
	건축	Kiến trúc
걷	걷다	Đi bộ
걸	걸다	Gọi điện thoại, treo, móc
	걸레	Giẻ lau, giẻ
	걸레질하다	Lau, chùi
	걸맞다	Phù hợp, thích hợp
	걸음걸이	Dáng đi

	걸치다	Khoác áo
	걸치다	Trải dài, đi qua
	걸핏하면	Hễ một tí, động một tí
검	검다	Đen, màu đen
	검사	Kiểm sát viên, sự kiểm tra
	검색어	Từ cần tìm kiếm
	검색하다	Lục soát, kiểm tra, tìm kiếm
	검소하다	Giản dị, mộc mạc
	검역하다	Kiểm dịch
	검은색	Màu đen
	검정고시	Kì thi đánh giá năng lực, kì thi chuẩn
	검증하다	Kiểm chứng, kiểm tra
	검진	Kiểm tra sức khỏe
	검토하다	Kiểm tra, xem xét
겁	겁	Sự sợ hãi, nhát gan
	겁내다	Sợ ai đó, vì điều gì đó mà sợ
	겁먹다	Sợ, hoảng sợ
겉	겉모습	Bề ngoài
게	게다가	Hơn thế nữa, lại còn, thêm vào nữa
	게시판	Bảng thông báo
	게으르다	Nhác, lười biếng
	게임기	Máy chơi game
겨	겨루다	Quyết chiến, đấu với nhau
	겨우	Vỏn vẹn
격	격려하다	Khích lệ, khuyến khích, động viên
	격차	Sự khác biệt, sự chênh lệch
겪	겪다	Chịu đựng, đón tiếp, gặp phải

견	견과류	Loại hạt có vỏ cứng
	견디다	Chịu đựng
	견적서	Bảng báo giá
	견해	Cách nhìn nhận, quan điểm
결	결과	Kết quả
	결국	Kết cục
	결론내리다	Kết luận, đưa ra kết luận
	결리다	Đau, nhức
	결말나다	Kết luận
	결별하다	Chia tay, ly biệt
	결석하다	Vắng mặt
	결승전	Trận chung kết
	결심하다	Quyết tâm
	결점	Khuyết điểm
	결정	Quyết định
	결제용도	Mục đích thanh toán
	결제일	Ngày quyết toán, ngày thanh toán
	결제하다	Thanh toán
	결집하다	Tập trung, gom lại
	결코	Không bao giờ, hoàn toàn không
	결함	Lỗi, sai sót
	결합하다	Hợp lại, kết hợp, hòa vào nhau
	결혼식	Lễ cưới, lễ kết hôn
	결혼식장	Nơi tổ chức lễ cưới
겸	겸	Kiêm, kiêm nhiệm
	겸손하다	Khiêm tốn
겹	겹치다	Trùng, trùng với, đè lên nhau
경	경	Khoảng, chừng
	경각심	Sự cảnh giác, tinh thần cảnh giác

	경고문	Tờ cảnh cáo, giấy cảnh báo
	경고하다	Cảnh cáo
	경기	1. Tình hình kinh tế 2. Trận đấu
	경력사항	Kinh nghiệm làm việc
	경력자	Người có kinh nghiệm
	경매	Bán đấu giá
	경멸하다	Sự khinh miệt, coi thường
	경비	Kinh phí, chi phí
	경비원	Nhân viên bảo vệ
	경사	Độ nghiêng
	경영자	Người kinh doanh, người điều hành
	경영하다	Kinh doanh
	경영학	Quản trị kinh doanh
	경우	Trường hợp, hoàn cảnh, tình huống
	경위	1. Sự phải trái 2. Quy trình 3. Trung úy, cảnh sát
	경쟁	Cạnh tranh
	경쟁력	Sức cạnh tranh
	경제	Kinh tế
	경제력	Sức mạnh kinh tế
	경제학	Kinh tế học
	경쾌하다	Thoải mái
	경품	Phần thưởng, quà tặng
	경향	Khuynh hướng, xu thế
	경험	Kinh nghiệm, trải qua
곁	곁	Bên, bên cạnh
계	계급	Cấp bậc, giai cấp
	계기	Dịp, cơ hội
	계기	Máy đo, thiết bị đo
	계단	Cầu thang

	계발	Sự phát triển
	계산대	Quầy thanh toán
	계산서	Hóa đơn
	계산하다	Tính toán, tính tiền
	계속	Liên tục
	계승하다	Thừa kế
	계약	Hợp đồng
	계약금	Tiền đặt cọc
	계약서	Bản hợp đồng
	계열	Nhánh, hệ thống, khối
	계절	Mùa, thời kỳ
	계절별	Theo từng mùa
	계좌	Tài khoản
	계층	Tầng lớp, giai cấp
	계획	Kế hoạch
	계획적	Có tính kế hoạch, có sắp xếp
고	고가	Đắt giá
	고가제품	Hàng xa xỉ, hàng đắt tiền
	고갈	Sự khô cằn
	고개	Cái gáy, cái ót
	고객	Khách hàng
	고궁	Cố cung
	고글	Kính bảo hộ
	고난	Vất vả, khó khăn
	고대	Cổ đại
	고대인	Người cổ đại
	고되다	Vất vả, khổ cực
	고래	1. Từ xưa đến nay 2. Con cá voi
	고려하다	Cân nhắc, xem xét
	고령	Cao niên
	고령자	Người cao niên

고리	Móc xích, cái vòng
고르다	1. Đều, bằng nhau 2. Làm đều 3. Chọn
고마움	Sự cảm ơn
고무신	Giày cao su
고무줄	Dây cao su
고민	Sự lo lắng, đau đầu
고발하다	Tố cáo, tố giác
고백하다	Bộc bạch, thổ lộ, nói thật
고삐	Dây cương, dây cột mũi
고사	Kỳ thi, kiểm tra
고사장	Phòng thi
고상하다	Cao thượng
고생	Vất vả, khổ cực, cực nhọc
고소득층	Tầng lớp thu nhập cao
고소하다	1. Thơm phức, thơm, bùi 2. Tố cáo
고속	Cao tốc, tốc độ cao
고속도로	Đường cao tốc
고아원	Viện mồ côi
고안하다	Phác họa, sáng chế
고액	Số tiền lớn
고온	Nhiệt độ cao
고요하다	Tĩnh lặng, lặng yên, thanh tịnh
고용률	Tỷ lệ tuyển dụng
고용인	Người tuyển dụng
고용하다	Tuyển dụng
고유	Đặc trưng
고유문화	Văn hóa đặc trưng
고유성	Tính riêng biệt, tính cá biệt
고유하다	Đặc thù, đặc trưng, riêng
고이다	Đọng lại, gom cục, vón lại

	고작	Vỏn vẹn, chỉ, duy nhất
	고장나다	Hỏng hóc, hư hỏng
	고전	Cổ điển
	고정관념	Quan niệm cố định, định kiến
	고지서	Giấy thông báo
	고집하다	Cố chấp, bướng bỉnh
	고춧가루	Bột ớt
	고층	Cao tầng, ở trên cao
	고치다	Sửa chữa
	고통	Đau, đau đớn, đau khổ
	고풍	Kiểu xưa, phong cách cổ
	고혈압	Cao huyết áp
곡	곡	Khúc nhạc, giai điệu
	곡류	Các loại ngũ cốc
	곡물	Lương thực
	곡선	Đường cong
	곡식	Ngũ cốc, lúa gạo
	곤란	Khó khăn, khó xử, trở ngại
	곤장	Cái dùi cui, roi
	곤혹	Sự lúng túng
	곤혹하다	Khó khăn, khó xử
골	골	Xương, thuộc về xương
	골고루	Bằng nhau, đều nhau
	골든타임	Giờ vàng
	골라내다	Lấy ra, tuyển ra, chọn ra
	골목길	Ngõ ngách
	골치	Đầu, thuộc về đầu óc
	골탕을 먹다	Bị sỉ nhục, bị lừa đảo
	골프	Môn đánh gôn
곰	곰팡	Mốc, nấm mốc

	곰팡이	Nấm mốc
곱	곱슬머리	Tóc xoăn
곳	곳곳	Mọi mặt, mọi nơi
공	공간	Không gian, chỗ trống
	공감대	Sự đồng cảm
	공감하다	Đồng cảm, cùng cảm nhận
	공개하다	Công khai, mở cửa rộng rãi
	공경하다	Cung kính, kính trọng
	공공단체	Cơ quan đoàn thể
	공공요금	Tiền phí công cộng
	공공장소	Vị trí/nơi/địa điểm công cộng
	공과금	Tiền thuế, chi phí trả cho nhà nước
	공교롭게	Đúng lúc, vừa lúc, trùng hợp
	공급하다	Cung cấp
	공기업	Doanh nghiệp nhà nước
	공동	Chung, công cộng
	공동생활	Cuộc sống tập thể, sinh hoạt chung
	공동체	Tập thể
	공론	Công luận, dư luận quần chúng
	공모하다	1. Tuyển chọn rộng rãi 2. Cùng chủ mưu
	공문	Công văn
	공법	Phương pháp thi công
	공사	Công trình, công trình thi công
	공산품	Sản phẩm công nghiệp
	공손하다	Cung kính, lịch sự
	공식	Chính thức
	공연장	Nơi công diễn
	공예	Thủ công mỹ nghệ
	공유하다	Cùng sở hữu, chia sẻ với nhau

	공인	Viên chức nhà nước
	공장	Nhà máy, công xưởng
	공적	Có tính công cộng
	공정	Công trình, quá trình, tiến độ
	공정무역	Thương mại bình đẳng
	공정여행	Du lịch bình đẳng
	공제하다	Trừ đi, trừ
	공존하다	Cùng tồn tại, cùng sống
	공주	Công chúa
	공주병	Bệnh công chúa, bệnh chảnh
	공중	Công cộng, không trung
	공지사항	Nội dung thông báo
	공지하다	Thông báo
	공직자	Công chức nhà nước
	공통점	Điểm chung
	공통하다	Chung, cùng chung
	공편하다	Cùng viết, cùng biên soạn
	공평하다	Công bằng
	공포증	Chứng sợ, nỗi sợ
	공포하다	Công bố
	공학	Ngành kỹ thuật công nghiệp
	공해	Ô nhiễm môi trường
	공헌하다	Góp phần, cống hiến
과	과감하다	Quả cảm, dũng cảm
	과다	Quá nhiều, quá đông
	과도의 경쟁	Cạnh tranh quá mức
	과도하다	Quá giới hạn cho phép
	과로하다	Làm việc quá sức
	과목	Môn học
	과소비하다	Tiêu dùng quá mức
	과소평가하다	Đánh giá quá thấp

	과속하다	Quá tốc độ cho phép, vượt tốc độ quy định
	과시하다	Khoe khoang, chứng tỏ ta đây
	과식하다	Ăn quá nhiều, ăn quá mức, bội thực
	과신하다	Quá tin tưởng, cả tin
	과언이 아니다	Không quá lời
	과언하다	Quá lời
	과연	Quả nhiên, đúng là
	과외	Ngoại khóa, ngoài giờ học
	과음하다	Uống quá nhiều
	과일	Trái cây, hoa quả
	과자	Bánh kẹo
	과장	Trưởng phòng
	과장광고	Quảng cáo phóng đại
	과점하다	Độc quyền
	과정	Quá trình
	과제	Đề mục, chủ đề
	과태료	Tiền phạt
	과학	Khoa học
	과학자	Nhà khoa học
	과학적	Tính khoa học
관	관객	Khán giả
	관계	Mối quan hệ
	관계없다	Không liên quan
	관계자	Người có liên quan
	관광	Du lịch
	관광객	Khách du lịch
	관광지	Điểm du lịch
	관념	Quan niệm, khái niệm
	관람료	Phí tham quan
	관람하다	Tham quan
	관련하다	Liên quan, có quan hệ

	관리비	Phí quản lý
	관리사무소	Văn phòng quản lý
	관리실	Phòng quản lý
	관리하다	Quản lý, điều hành
	관상	Tướng mạo, diện mạo
	관상용	Dùng làm cảnh
	관습	Thói quen, tập quán, phong tục
	관심	Quan tâm, chú ý
	관여하다	Tham gia vào, liên quan vào
	관용	Dùng cho cơ quan nhà nước
	관용어	Quán dụng ngữ
	관점	Quan điểm
	관찰	Quan sát, theo dõi
	관찰력	Khả năng quan sát
	관찰하다	Quan sát, theo dõi
	관측	Quan sát, quan trắc
	관하다	Liên quan đến, đối với, về
	관할하다	Quản lý, quản chế
	관행	Thói quen
광	광고	Quảng cáo
	광범위	Phạm vi rộng
	광장	Quảng trường
괘	괘씸하다	Vô lễ, xấc láo, láo xược
	괘종시계	Đồng hồ chuông
괜	괜히	Vô dụng, vô ích
괴	괴로움	Sự phiền não, phiền muộn
	괴로워하다	Đau khổ, phiền muộn, đau buồn
	괴롭다	Buồn phiền, phiền muộn, khổ sở
	괴상하다	Kỳ lạ, kỳ quặc

굉	굉장하다	To, lớn, rất
교	교과서	Sách giáo khoa
	교란하다	Gây hỗn loạn
	교련하다	Huấn luyện
	교류하다	Sự giao lưu, trao đổi
	교복	Đồng phục học sinh
	교사	Giáo viên
	교수	Giáo sư
	교양	Đạo đức, giáo dưỡng
	교외	Ngoại ô
	교외수업	Học ngoại khóa
	교육	Giáo dục
	교육비	Phí giáo dục, học phí
	교재	Giáo trình
	교차하다	Giao nhau
	교체하다	Thay đổi, thay thế
	교통	Giao thông, đi lại
	교통수단	Phương tiện giao thông
	교통편	Phương tiện giao thông
	교포	Kiều bào
	교환하다	Đổi, trao đổi
	교환학생	Học sinh trao đổi
	교훈	Bài học, giáo huấn
구	구겨지다	Nhàu, nhăn nhúm
	구경꾼	Khán giả, người xem
	구경하다	Ngắm, xem, thăm quan
	구글	Google
	구급약	Thuốc cấp cứu
	구두쇠	Kẻ keo kiệt, người bủn xỉn
	구르다	Lăn, cuộn, quay
	구매력	Sức mua

	구매자	Người mua
	구매하다	Mua, tậu
	구멍	Lỗ, lỗ thủng, lỗ trống
	구미당기다	Hấp dẫn khẩu vị
	구박하다	Đối xử tệ bạc, bạc đãi
	구별하다	Phân biệt, khác biệt, khác nhau
	구분하다	Phân biệt, phân loại, chia, tách
	구비하다	Có, trang bị
	구상	Ý tưởng
	구석	Góc, xó
	구석구석	Mọi góc, mọi nơi, mọi xó
	구성하다	Cấu trúc, cấu thành
	구속하다	Bắt giữ , giam giữ
	구수하다	Thơm, ngon
	구슬	Hòn bi
	구슬치기	Trò chơi đánh bi, bắn bi
	구식	Kiểu cũ, lỗi thời
	구역	Khu vực, vùng
	구이	Món nướng
	구인하다	Tìm người, tuyển người
	구입하다	Mua, mua vào, thu mua
	구조대	Đội cứu trợ
	구조하다	Cứu trợ
	구직하다	Tìm việc, kiếm việc
	구청	Uỷ ban quận
	구체적이다	Cụ thể, chi tiết
	구축하다	Xây dựng, tạo thành
	구하다	Tìm kiếm
	구호	Khẩu hiệu
국	국가	Quốc gia, nhà nước, nước
	국경	Biên giới

	국그릇	Bát canh
	국내	Trong nước, quốc nội
	국내선	Tuyến trong nước
	국도	Quốc lộ
	국립박물관	Viện bảo tàng quốc gia
	국문학	Quốc văn
	국물	Súp, canh
	국민	Quốc dân
	국밥	Món canh hòa với cơm
	국악	Quốc nhạc, nền âm nhạc dân tộc
	국외	Ngoài nước
	국제결혼	Kết hôn quốc tế
	국제기구	Tổ chức quốc tế
	국제선	Tuyến quốc tế
	국제축구연맹	Liên đoàn bóng đá Thế giới FIFA
	국화	Quốc hoa
	군대	Quân đội
	군데군데	Đó đây, chỗ này chỗ kia
	군민	Quân dân
	군주	Quân chủ
	군중	Đám đông
	군중심리	Tâm lý đám đông
굳	굳다	Cứng, trở nên cứng
굴	굴	1. Con hào 2. Hang động
	굴뚝	Ống khói
	굴뚝 같다	Đang rất hưng phấn (muốn làm gì đó)
굵	굵다	Dày
굶	굶다	Đói bụng, nhịn đói
	굶주림	Cơn đói

궁	궁궐	Cung điện
	궁금증	Chứng tò mò, bệnh tò mò
	궁금하다	Tò mò, muốn biết, tự hỏi
	궁중	Trong cung
	궁합	Cung hợp, cung hạp (tuổi)
권	권력	Quyền lực
	권리	Quyền lợi, quyền
	권위	Quyền uy
	권유하다	Khuyên, khuyến dụ, rủ rê
	권익	Quyền lợi
	권장하다	Khuyến khích
	권태	Chán chường, lười biếng
	권하다	Khuyên, khuyên nhủ
궤	궤도	Quỹ đạo
귀	귀걸이	Khuyên tai
	귀국하다	Về nước
	귀사	Quý công ty
	귀신	Quỷ thần
	귀중	Kính gửi quý đơn vị
	귀중하다	Quý trọng
	귀찮다	Phiền toái, rắc rối
	귀하	Kính gửi (cá nhân)
	귀하다	Quý, quý mến
귓	귓등	Phía sau của tai
규	규격	Quy cách
	규명하다	Làm rõ
	규모	Quy mô
	규범	Quy phạm

	규제하다	Hạn chế
	규칙	Quy tắc
균	균형	Sự thăng bằng, cân bằng
그	그나마	Cũng còn may
	그네뛰기	Đu dây, đánh đu
	그늘	Bóng râm, bóng mát
	그다지	Đến mức ấy, đến nỗi ấy
	그따위	Kiểu ấy, như thế
	그래도	Dù thế đi nữa
	그래야	Phải như thế, phải thế
	그래프	Biểu đồ, hình để giải thích
	그러다가	Thế rồi, và thế là
	그러므로	Vì vậy, vì thế, cho nên
	그러자	Rồi thì, ngay tức khắc
	그러하다	Như thế
	그럼	Nếu thế, thế thì
	그루	Cây, gốc, vụ
	그룹	Nhóm, đoàn thể
	그리스	Hy Lạp
	그리워하다	Nhớ, thương nhớ
	그릴	Cái vỉ nướng
	그림책	Sách tranh
	그립다	Nhớ
	그만	Nhỏ bé, từng ấy
	그만두다	Ngừng, bỏ, bãi bỏ
	그믐날	Ngày cuối tháng
	그야말로	Đúng là, chính là
	그윽하다	Thanh vắng, tĩnh mịch
	그치다	Ngưng, dừng, chấm dứt
	그토록	Đến như thế, bằng như thế

극	극복하다	Khắc phục
	극심하다	Vô cùng, tột độ
근	근거하다	Dựa vào, căn cứ vào
	근교	Ngoại ô
	근대	Cận đại, hiện đại
	근로자	Người lao động
	근면하다	Cần cù, chăm chỉ
	근무하다	Làm việc
	근본적	Về mặt cơ bản
	근심	Nỗi lo
	근원	Nguồn gốc, cội nguồn
	근육	Cơ bắp, gân
글	글씨	Chữ viết, chữ, nét chữ
	글자	Nét chữ, mặt chữ
긁	긁다	Cào
금	금기	Cấm kỵ
	금리	Lãi suất
	금메달	Huy chương vàng
	금반지	Nhẫn vàng
	금속	Kim loại
	금액	Số tiền
	금연	Cấm hút thuốc, bỏ thuốc lá
	금융	Tài chính, tiền tệ
	금융권	Giới tài chính, giới tín dụng
	금일	Ngày hôm nay
	금지하다	Cấm chỉ, ngăn cấm
급	급격하다	Vội vã, gấp gáp, nhanh chóng
	급락하다	Giảm xuống nhanh chóng
	급변하다	Thay đổi đột ngột

	급상승하다	Tăng cao đột ngột
	급성장하다	Tăng trưởng nhanh, phát triển nhanh
	급식하다	Cung cấp bữa ăn
	급여	Trả lương, tiền lương
	급증하다	Tăng nhanh
	급히	Vội vã, nhanh chóng
긋	긋다	Gạch chân
긍	긍정적이다	Có tính tích cực
기	기가 막히다	Ngỡ ngàng, bối rối
	기가 죽다	Hết hứng thú, mất hứng
	기계	Máy móc
	기관	Ống hơi
	기관지염	Viêm phế quản
	기구	1. Khí cầu 2. Công cụ, dụng cụ 3. Tổ chức, cơ quan
	기금	Tiền quỹ
	기기	Máy móc
	기꺼이	Tự nguyện
	기내	Trong máy bay
	기념	Kỷ niệm
	기념품	Đồ lưu niệm
	기능	Kỹ năng, chức năng
	기다	Bò, trườn
	기다랗다	Khá dài
	기다리다	Chờ đợi
	기대하다	Chờ đợi, mong chờ, hy vọng
	기도하다	Cầu nguyện
	기둥	Cột trụ, cột
	기록하다	Việc ghi chép, kỷ lục
	기르다	Nuôi nấng

기말시험	Kỳ thi cuối khóa
기발하다	Độc đáo, mới lạ
기법	Bí quyết
기본적	Tính cơ bản, tính nền tảng
기부하다	Quyên góp
기뻐하다	Vui vẻ
기쁨	Niềm vui
기사	Ký sự, bài viết
기상이변	Biến đổi khí hậu, bất thường
기상청	Trung tâm dự báo thời tiết
기성세대	Thế hệ cũ, thế hệ trưởng thành
기숙사	Ký túc xá
기숙사비	Phí ký túc xá
기술	Kỹ thuật
기술유출	Rò rỉ công nghệ
기억나다	Nhớ ra
기억력	Trí nhớ, khả năng ghi nhớ, sức nhớ
기업	Doanh nghiệp, nhà máy
기업인	Doanh nhân
기여하다	Đóng góp
기운	Sức lực
기울이다	Làm cho nghiêng, nghiêng
기원	Cầu nguyện, nguồn gốc
기원전	Trước công nguyên
기원하다	Bắt nguồn
기인하다	Có nguyên nhân từ
기입하다	Ghi vào, chép vào
기저귀	Cái tã, tã lót trẻ em
기존	Vốn có, sẵn có
기준	Tiêu chuẩn, cơ bản
기증하다	Hiến tặng
기차역	Ga tàu hỏa

	기차표	Vé tàu hỏa
	기체	Chất khí, dạng khí
	기초	Bản thảo
	기침	Ho
	기피하다	Lẩn tránh, trốn tránh
	기한	Thời hạn
	기행문	Nhật ký chuyến đi
	기호	Ký hiệu
	기혼하다	Đã lập gia đình
	기회	Cơ hội, thời cơ, dịp
	기획서	Bản kế hoạch
	기후	Khí hậu
긴	긴급하다	Khẩn cấp, cấp bách
	긴말이 필요 없다	Không cần nói nhiều
	긴밀하다	Chặt chẽ
	긴소매	Ống tay áo dài
	긴장감	Sự căng thẳng
	긴장하다	Căng thẳng
길	길가	Bên đường, lề đường
	길거리	Đường, đường phố
	길어지다	Kéo dài
	길이	Chiều dài
김	김	Rong biển
	김장	Muối kim chi
깊	깊다	Sâu
	깊이	Chiều sâu
까	까다	Trừ, bóc vỏ
	까다롭다	Khó tính
	까닭	Nguyên nhân

깎	깎이다	Bị cắt giảm
깔	깔깔	Cười khà khà, ha ha
	깔끔하다	Gọn gàng, ngăn nắp
	깔다	Trải, trải tiền, lắp đặt
깜	깜박	Nháy mắt, chớp mắt
	깜짝	Ngạc nhiên, đột ngột, giật mình
깨	깨끗이	Sạch sẽ
	깨다	Thức dậy
	깨닫다	Nhận ra, hiểu được
	깨뜨리다	Vỡ, phá vỡ, làm vỡ
	깨소금	Muối vừng
	깨우다	Đánh thức ai dậy, thức tỉnh
	깨우치다	Làm cho ai tỉnh
꺼	꺼리다	Trốn tránh, lảng tránh
	꺼지다	Tắt, tan, lắng xuống
껍	껍데기	Cái vỏ bên ngoài
	껍질	Cái mai, vỏ, da
꼬	꼬리	Cái đuôi, đuôi
	꼬리표	Bảng giá, mác dán theo quần áo
	꼬박	Ròng rã, suốt
꼭	꼭대기	Đỉnh, nơi cao nhất
꼴	꼴	Hình dáng, bề ngoài
	꼴찌	Chót, bét, dưới cùng
□	꼼꼼하다	Cẩn thận, tỉ mỉ
	꼼짝	Động đậy, nhúc nhích

꼽	꼽다	Chọn, tuyển
	꼽히다	Được chọn, bầu
꽁	꽁꽁 묶다	Cột, trói cứng lại
	꽁꽁 얼다	Đông cứng
꽂	꽂다	Cắm
	꽃병	Bình hoa
꽉	꽉	Kín, đầy
꽤	꽤	Khá
꾸	꾸다	Mượn, vay
	꾸리다	Bó, gói
	꾸미다	Trang trí, làm đẹp
	꾸준히	Một cách đều đặn, một cách bền bỉ
	꾸짖다	Trách móc, la rầy
꿀	꿀	Mật ong
	꿀벌	Ong mật
꿇	꿇다	Quỳ xuống, quỳ
꿈	꿈꾸다	Mơ, mong muốn
	꿈도 못 꾸다	Điều không tưởng, không mơ tới
꿩	꿩	Chim trĩ
끈	끈	Cái dây, dây, chỗ dựa
	끈기	Sự kiên trì, bền bỉ
끊	끊기다	Bị đứt, bị ngắt quãng
	끊다	Cắt đứt, dừng lại
	끊어지다	Bị cắt đứt
	끊이다	Ngừng, hết, dừng

	끊임없이	Một cách liên tục, không ngắt quãng
끌	끌다	Kéo, nắm, lôi ra
	끌리다	Bị kéo, bị lôi
	끌어들이다	Bị kéo vào
끔	끔찍하다	Kinh khủng, ghê rợn
끝	끝내	Kết cục, kết thúc, cuối cùng
끼	끼니	Bữa, bữa cơm
	끼어들다	Chen vào, chen ngang vào
	끼우다	Nhét vào, để vào, kẹp vào
	끼치다	Rùng mình
나	나그네	Khách du lịch, khách thập phương
	나날이	Ngày ngày, hằng ngày
	나라별	Theo quốc gia
	나락	Địa ngục, cơn bĩ cực
	나름	Tùy theo, căn cứ theo
	나머지	Còn thừa, còn lại, cuối cùng
	나무꾼	Tiều phu
	나무라다	Khiển trách, trách mắng, la mắng
	나물	Rau củ, rau lá
	나뭇잎	Lá cây
	나서다	Xuất hiện, đứng ra làm gì
	나아가다	Tiến lên, tiến hành, tiến bộ
	나아지자	Trở nên tốt hơn
	나오다	Đi ra ngoài, xuất hiện
	나이 지긋하다	Có tuổi, nhiều tuổi
	나타내다	Cho thấy, thể hiện ra
	나태하다	Lười biếng
낙	낙	Niềm vui, hân hoan

	낙관적	Có tính lạc quan, lạc quan
	낙서하다	Viết lung tung, viết bậy
	낙수효과	Hiệu ứng dòng chảy xuống
	낙엽	Cây lá rụng, rụng lá
	낙지볶음	Món mực rang
	낙찰하다	Đấu thầu thành công
	낙천적이다	Có tính lạc quan
	낙하하다	Rơi, rớt, nhảy xuống
낚	낚시	Câu cá
난	난로	Cái lò, cái bếp
	난립하다	Lộn xộn
	난민	Người tị nạn
	난민촌	Làng tị nạn
	난방	Phòng có lắp máy sưởi
	난타하다	Loạn xạ, đánh túi bụi
	난해하다	Khó hiểu
날	날개	Cánh
	날것	Đồ sống, thức ăn sống
	날다	Bay, phai màu
	날로	Ngày càng
	날리다	Làm cho bay
	날씬하다	Thon thả, thanh mảnh
	날아가다	Bay, bay đi, tiêu tan hết
	날아다니다	Bay, bay đi bay lại, bay lượn
	날아오다	Bay về, bay vào
	날아오르다	Lượn
	날을 잡다	Chọn ngày
낡	낡다	Trở nên cũ, cũ, già
남	남녀노소	Già trẻ gái trai

	남녀평등	Bình đẳng nam nữ
	남다	Còn lại
	남다르다	Khác người
	남단	Phía Nam, khu vực miền Nam
	남매	Anh trai và em gái
	남몰래	Lén lút, kín đáo
	남발하다	Lạm phát
	남부	Nam Bộ
	남성	Giới tính nam
	남성복	Áo quần nam
	남짓	Hơi dư, hơi thừa
	남쪽	Phía Nam
납	납득하다	Lĩnh hội, tiếp thu, hiểu
	납부하다	Nộp, đóng tiền
	납품하다	Giao hàng
낫	낫다	Tốt
낭	낭독하다	Đọc to, đọc thành tiếng
	낭비하다	Lãng phí
낮	낮잠	Giấc ngủ trưa
	낮추다	Hạ xuống, hạ mình, hạ giọng
	낯	Khuôn mặt, thể diện
	낯설다	Lạ mặt, lạ lẫm
	낯이 뜨겁다	Rất xấu hổ, ngại ngùng
낳	낳다	Đẻ, sinh, phát sinh
내	내기다	Cá cược
	내내	Luôn luôn, thường xuyên
	내놓다	Đặt ra, bỏ ra, đưa ra
	내디디다	Bước đi, tiến lên

	내려다보다	Nhìn xuống dưới
	내륙	Đất liền, lục địa
	내밀다	Chìa ra, phình ra, đưa ra
	내뱉다	Nhổ, khạc
	내복	Áo lót
	내부	Bên trong, nội bộ
	내비게이션	Thiết bị định vị dẫn đường GPS
	내성적이다	Có tính hướng nội
	내세우다	Dựng nên, gây dựng
	내역	Nội dung chi tiết, từng khoản mục
	내외	Trong và ngoài
	내용물	Nội dung bên trong
	내적	Bên trong, nội tâm
	내조하다	Sự giúp đỡ của người vợ
	내주다	Đưa ra, trả lại
	내쫓다	Đuổi ra ngoài, đuổi việc
냄	냄새	Mùi
	냄새를 맡다	Ngửi mùi
냇	냇가	Bờ suối
냉	냉동하다	Đông lạnh, làm lạnh
	냉방	Phòng lạnh
	냉온	Khí lạnh và khí ấm
	냉장고	Tủ lạnh
	냉정하다	Lạnh lùng, lạnh nhạt
냥	냥	Lượng (đơn vị đo khối lượng kim loại, 1 lượng bằng 37,5g)
너	너 나 할 것 없이	Bất kể ai, dù là ai đi nữa
	너그럽다	Rộng rãi, bao dung, thoải mái
	너머	Phía bên kia, vượt qua

넉	넉넉하다	Nhiều, đầy đủ, sung túc
널	널다	Phơi, trải ra
	널뛰다	Nhảy bập bênh
	널리다	Mở rộng
넓	넓히다	Mở rộng, làm cho rộng ra
넘	넘기다	Vượt qua, quá thời hạn
	넘다	Quá, vượt qua
	넘어가다	Ngã
	넘치다	Tràn, tràn đầy, quá mức
네	네덜란드	Hà Lan
	네온사인	Đèn neon
	네트워크	Network, mạng
	네티즌	Netizen, người truy cập mạng
넥	넥타이	Cái cà vạt
년	년대	Niên đại
노	노동	Lao động, làm việc
	노랫소리	Tiếng hát, giọng hát
	노력	Nỗ lực
	노루	Nai, hoẵng
	노릇	Nhiệm vụ
	노벨	Alfred Bernhard Nobel (Nhà hóa học,1833-1896)
	노선	Tuyến đường, con đường
	노소	Già trẻ
	노약자	Người già yếu
	노예	Nô lệ
	노인	Người già
	노처녀	Người phụ nữ ế chồng

	노총각	Đàn ông ế vợ, trai già chưa vợ
	노출시키다	Phơi bày
	노출하다	Phơi bày, lộ ra
	노트북	Quyển vở
	노폐물	Chất thải
	노하우	Kỹ thuật, bí mật công nghệ
	노화	Lão hóa, trở nên già
	노후대책	Sự chuẩn bị cho tuổi già
녹	녹다	Tan, tan chảy
	녹색	Màu xanh lục
	녹음기	Máy ghi âm
	녹음하다	Ghi âm
	녹이다	Làm cho tan, cho chảy ra, hoà tan
	녹초가 되다	Kiệt sức
	녹화	Xanh hóa, phủ xanh, trồng rừng, ghi hình
	녹화하다	Ghi hình, quay băng
	논리	Lý luận, logic
	논리적	Có tính lý luận
	논문	Luận văn
	논밭	Ruộng
	논술	Bài diễn thuyết, diễn trình
	논의하다	Luận bàn, bàn bạc
	논하다	Bàn bạc, đối diện với
놀	놀랍다	Đáng ngạc nhiên, kinh ngạc
	놀리다	Chọc, ghẹo, trêu
	놀이	Trò chơi
	놀이터	Sân chơi
놈	놈	Thằng, gã, con vật
농	농가	Nhà nông

	농경문화	Văn hóa nông nghiệp
	농담하다	Nói đùa
	농민	Nông dân
	농부	Nông dân
	농법	Cách làm nông
	농사	Làm ruộng
	농산물	Nông sản
	농약	Thuốc trừ sâu
	농작물	Hoa màu
	농촌	Nông thôn
높	높이	Chiều cao, lên cao
	높이다	Nâng cao, đưa lên
	높임말	Từ tôn kính, kính ngữ
놓	놓다	Để, đặt
	놓치다	Trượt, nhỡ, không kịp
뇌	뇌	Não, bộ não
	뇌졸중	Bại não
누	누르다	Ép, ấn, đè
	누리다	Hưởng, hưởng thụ
	누전	Rò điện
	누출하다	Sự rò rỉ, lỗ thủng
눈	눈가	Viền mắt
	눈감다	Nhắm mắt, bỏ qua
	눈감아 주다	Bỏ qua cho ai
	눈길	Ánh mắt
	눈꺼풀	Mí mắt
	눈높이	Tầm nhìn, nhận thức
	눈동자	Con ngươi, đồng tử mắt
	눈물	Nước mắt

	눈병	Bệnh đau mắt
	눈보라	Cơn bão tuyết, trận bão tuyết
	눈부시다	Chói mắt, chói lòa
	눈빛	Ánh mắt
	눈사태	Tuyết lở
	눈송이	Bông tuyết
	눈썹	Lông mày
	눈앞	Trước mắt, trước mặt
	눈을 돌리다	Nhìn ra hướng khác
	눈치	Ánh mắt, quan tâm, để ý
눌	눌러쓰다	Kéo sụp xuống (mũ)
눕	눕다	Nằm, nằm xuống
느	느긋하다	Cảm thấy thoải mái
	느끼다	Cảm nhận, cảm thấy
	느려지다	Chậm lại
	느슨하다	Lỏng, không chặt
늑	늑대	Chó sói
늘	늘다	Tăng lên, lớn lên, nhiều lên
	늘리다	Làm cho lên, tăng lên
	늘어나다	Dãn ra, dài ra
	늘어지다	Trệ xuống, dãn ra, kéo dài
늙	늙다	Già
능	능력	Năng lực, khả năng
	능숙하다	Thành thục
	능청스럽다	Ranh mãnh, xảo quyệt
	능통하다	Thành thạo, tinh thông
늦	늦잠자다	Thức dậy muộn

	늦추다	Nới, giảm tốc độ
다	다가오다	Đến gần, tiến đến
	다국적	Đa quốc tịch, đa quốc gia
	다녀가다	Đi đến, tới
	다단계	Đa cấp
	다듬다	Tỉa tót, tỉa cây
	다람쥐	Con sóc
	다량	Số lượng lớn, số lượng nhiều
	다루다	Xử lý, đối xử, điều khiển
	다르다	Khác, không giống nhau
	다름없다	Không có gì khác
	다리다	Là, ủi
	다리미	Cái bàn là, bàn ủi
	다만	Chỉ, duy nhất, tuy nhiên
	다문화	Đa văn hóa
	다반사	Chuyện thường tình
	다빈치	Leonardo Da Vinci
	다소	Ít nhiều
	다수	Nhiều, đa số
	다수결	Biểu quyết theo số đông
	다스리다	Quản lý, thống trị
	다습	Độ ẩm cao, nhiều ẩm
	다양하다	Đa dạng
	다이너마이트	Chất dynamite
	다이빙대	Bục nhảy
	다이아몬드	Kim cương
	다이어트	Ăn kiêng, ăn để giảm cân
	다정하다	Nhiều tình cảm, thân thiện
	다지다	Băm nhỏ
	다차원적	Có tính chất đa chiều
	다치다	Bị thương

	다큐멘터리	Tài liệu, tư liệu
	다투다	Cãi nhau, tranh cãi
	다하다	Hết sức, gắng sức
	다행하다	May mắn
	다행히	Thật may, may thay
닥	닥치다	Tiến đến, ập đến
	단결하다	Đoàn kết
	단계	Giai đoạn, thời điểm
	단골	Thường xuyên, hay lui tới
	단기간	Trong thời gian ngắn
	단단하다	Cứng, rắn, vững chắc
	단돈	Số tiền nhỏ
	단련하다	Luyện, rèn luyện
	단발머리	Tóc ngắn
	단백질	Chất đạm, protein
	단속하다	Bắt, lùng bắt
	단수하다	Cúp nước
	단순히	Một cách đơn giản
	단열재	Chất chịu nhiệt
	단오	Tết Đoan Ngọ
	단원	Đoàn viên
	단위	Đơn vị
	단잠	Giấc ngủ ngon
	단절하다	Cắt, cắt đứt
	단정하다	Đoan chính, chỉnh tề
	단지	Chỉ, duy nhất
	단체	Đơn vị, đoàn thể
	단축하다	Rút ngắn
	단편	Ngắn
	단풍	Cây lá đỏ
달	달걀	Trứng gà

	달다	Treo, gắn
	달라지다	Trở nên khác đi, thay đổi
	달러	Đôla
	달려가다	Chạy đến, chạy vù đi, chạy nhanh đi
	달려오다	Chạy đến, chạy lại
	달리	Khác nhau, khác với
	달리기	Chạy, chạy đua
	달밤	Đêm trăng
	달빛	Ánh trăng
	달성하다	Đạt được, thực hiện được
	달콤하다	Ngọt ngào, dịu dàng
	달포	Khoảng một tháng
	달하다	Đạt đến
닭	닭갈비	Lườn gà xào cay
닳	닳고 닳다	Mòn mỏi, mệt mỏi
	닳다	Mòn, cũ
담	담	1. Mật, túi mật 2. Đờm 3. Hàng rào
	담기다	Chứa, đựng, ngâm
	담다	Bỏ vào, đựng, bao hàm
	담담하다	Trầm lặng, thanh đạm, thanh khiết
	담당	Sự đảm đương, phụ trách
	담당자	Người phụ trách
	담당하다	Đảm đương, phụ trách
	담배	Thuốc lá
	담백하다	Đạm bạc, thanh đạm
	담뱃불	Thuốc lá đang cháy
	담벼락	Bức tường, bờ rào
	담을 쌓다	Cắt đứt quan hệ
	담임	Giáo viên chủ nhiệm, đảm nhiệm

	담화	Đàm thoại, tạo đàm
	답글	Thư trả lời
	답답하다	Khó thở, ngột ngạt, khó chịu
	답변하다	Trả lời
당	당기다	1. Kéo, giật mạnh 2. Cảm thấy ngon, thèm ăn 3. Lôi cuốn
	당당히	Một cách chính đáng
	당면하다	Đối diện, đối mặt
	당분간	Tạm thời, lúc này, hiện thời
	당선하다	Trúng cử, thắng cử
	당시	Khi đó, lúc đó
	당연하다	Đương nhiên
	당일	Trong ngày
	당장	Ngay tại chỗ, ngay tức khắc
	당첨금	Tiền trúng thưởng
	당하다	Bị, chịu, gặp phải, đương đầu với
	당황하다	Bàng hoàng, sửng sốt
닿	닿다	Động tới, chạm tới, đạt đến mức
대	대강당	Phòng học lớn, giảng đường lớn
	대개	Khoảng, chừng, đại khái
	대결하다	Quyết đấu, đối đầu
	대공원	Công viên lớn
	대궐	Cung điện
	대규모	Quy mô lớn
	대금	1. Tiền, chi phí 2. Tiền cho vay 3. Số tiền lớn 4. Lệnh cấm trên toàn quốc
	대기업	Doanh nghiệp lớn, tập đoàn
	대기오염	Ô nhiễm không khí
	대기하다	Chờ đợi

대나무	Cây tre
대다	1. Tiếp xúc, đụng chạm 2. Chạm, với, đến, tới
대다수	Đại đa số
대단히	Vô cùng, rất đỗi
대답하다	Trả lời
대도시	Thành phố lớn, đô thị lớn
대등하다	Đồng đẳng
대란	Đại loạn, cuộc hỗn loạn
대량	Số lượng lớn
대로	Đại lộ
대륙	Đại lục, lục địa
대륙성	Có tính chất lục địa
대리	Thay thế, thay mặt
대리만족	Mãn nguyện, thay thế
대립하다	Đối lập
대문	Cổng chính
대보다	So sánh, đối chiếu
대보름	Rằm tháng giêng
대본	Kịch bản
대부분	Đại bộ phận
대비책	Đối sách
대비하다	Đối phó, ứng phó
대사관	Đại sứ quán
대상	1. Đối tượng 2. Giải nhất 3. Đại doanh nhân
대설	Cơn bão tuyết
대성	Đại thành công
대수	1. Việc hệ trọng 2. Số chiếc (xe,...)
대신하다	Thay thế
대안	Phương án đối phó

대여료	Phí thuê, tiền thuê
대여하다	Cho mượn, cho vay
대우	Đối xử, cư xử
대응하다	Đối ứng, đối phó, xử lý
대인	1. Sự đối nhân, quan hệ với con người 2. Người trưởng thành
대장	1. Đại tràng 2. Đại tướng, thủ lĩnh 3. Sổ sách
대전	1. Đại chiến 2. Deajeon 3. Đại điện
대접하다	Đối xử, tiếp đón
대조하다	Đối chiếu
대중	Đại chúng
대중매체	Truyền thông đại chúng
대중목욕탕	Nhà tắm công cộng
대중화	Đại chúng hóa
대증하다	Đối chứng
대책	Đối sách, cách xử lý
대처하다	Giải quyết, ứng phó
대청소	Tổng vệ sinh
대체로	Đại thể, tóm lại , nói chung
대체하다	Thay thế
대추	Quả táo tàu
대출하다	Cho vay
대충	Đại khái, qua loa, sơ sài, gần như
대통령	Tổng thống
대폭	Khổ lớn
대표적	Tính tiêu biểu
대피하다	Tạm tránh, tạm lánh
대하다	Gặp mặt, đối chiếu, đối diện
대행하다	Thay thế, thay quyền, tạm thế quyền
대형	Cỡ lớn, loại lớn

댄	댄스	Nhảy, khiêu vũ
댓	댓글	Lời bình luận, ý kiến cá nhân
	댓바람	Ngay lập tức, tức thì
더	더구나	Vả lại, hơn nữa
	더군다나	Không những thế
	더듬거리다	Lò mò, lò dò, lắp bắp
	더러워지다	Bị bẩn, bị dơ, bị ô nhiễm
	더불다	Cùng nhau, cùng với
	더욱	Càng, hơn nữa
	더위	Cơn nóng, sự nóng bức
	더하다	Thêm, thêm vào
	더할 나위 없이	Không thể tốt hơn nữa
덕	덕담	Lời chúc phúc, lời nói tốt lành
	덕목	Đức hạnh, phẩm hạnh
	덕분	Sự giúp đỡ, ân huệ, nhờ vào
던	던지다	Ném, bỏ phiếu
덜	덜	Ít hơn, nhỏ hơn, thiếu
	덜려버내다	Bị giảm, được giảm bớt
	덜미	Ót, gáy
덤	덤덤하다	Điềm tĩnh, bình tĩnh
덧	덧붙이다	Gắn thêm vào, thêm
덩	덩이	Khối, đống, mảng
덮	덮이다	Được che đậy, bao phủ
데	데	Địa điểm, nơi, chỗ
	데다	Bỏng, bị bỏng

	데려오다	Mang tới, đưa tới, dẫn tới
	데리다	Mang theo, đưa theo
	데모	Đình công, biểu tình
	데스크	1. Tổng biên tập 2. Bàn tiếp tân, tiếp nhận
	데우다	Hâm nóng, làm nóng
	데이터	Dữ liệu
	데치다	Luộc sơ, chín tái
도	도구	Công cụ, đạo cụ
	도깨비	Ma, ma quỷ, yêu tinh
	도끼	Cái rìu
	도난	Nạn trộm cướp
	도달하다	Đạt đến
	도대체	Rốt cuộc, tóm lại
	도덕	Đạo đức
	도둑	Ăn trộm, trộm cắp
	도래하다	1. Sự tới, đến 2. Sự du nhập
	도로	Con đường, quay ngược lại
	도리	Đạo lý
	도리어	Trái lại
	도마 위에 오르다	Nằm trên thớt
	도망치다	Bỏ trốn
	도무지	Hoàn toàn không
	도보	Đi bộ, đi dạo
	도서	Sách
	도시락	Cơm hộp
	도시형생활	Cuộc sống đô thị
	도심	Trung tâm thành phố
	도우미	Người giúp đỡ
	도입	Áp dụng, ứng dụng, sự du nhập, sự đưa vào
	도입하다	Áp dụng, ứng dụng, đưa vào sử dụng
	도자기	Đồ sành, đồ sứ, gốm

	도장	Con dấu
	도저히	Hoàn toàn (không), không dám
	도전하다	Khiêu chiến, thách đấu
	도중	Dọc đường, trên đường, giữa chừng
	도착하다	Tới nơi, tới chỗ, chuyển đến, đến
	도출하다	Tìm ra, tìm được
독	독감	Bệnh cúm
	독거노인	Người già neo đơn
	독과점	Sự độc quyền, sự đọc chiếm
	독려하다	Giám sát, cổ vũ, khuyến khích
	독립	Độc lập
	독립심	Ý chí độc lập
	독방	Phòng đơn, phòng riêng
	독서하다	Đọc sách
	독소	Độc tố
	독수리	Con đại bàng
	독신	Độc thân, chưa lập gia đình
	독신자	Người độc thân
	독일	Nước Đức
	독자	Con trai một
	독자	Độc giả
	독점하다	Độc chiếm, độc quyền
	독차지하다	Chiếm lấy một mình, giữ đọc quyền
	독창적이다	Có tính sáng tạo
	독촉하다	Đốc thúc, thúc giục
	독특하다	Đặc biệt, đặc sắc
돈	돈독하다	Thắm thiết, sâu đậm
	돈방석에 앉다	Ngồi trên đống tiền
	돈벌이	Kiếm tiền mưu sinh
	돈타령하다	Kêu ca chuyện tiền nong
돋	돋다	Mọc lên

	돋우다	Làm cho cao hơn, nâng lên
돌	돌고래	Cá heo
	돌다	Quay, quay vòng
	돌담	Bức tường đá
	돌려받다	Nhận lại, lấy lại, được trả/ hoàn lại
	돌려주다	1. Trả lại 2. Cho vay mượn
	돌리다	Quay vòng, vận hành
	돌보다	Trông nom, chăm sóc, quan tâm
	돌상	Cái bàn đựng lễ vật ngày thôi nôi
	돌아다니다	Đi chỗ này chỗ kia, đi loanh quanh
	돌아보다	Quay lại nhìn, hồi tưởng
	돌아서다	Đứng quay lưng lại
	돌잔치	Tiệc thôi nôi
돕	돕다	Giúp đỡ, giúp
동	동감하다	Đồng cảm
	동거하다	Sống chung
	동결	Đông lại vì lạnh, đóng băng vì lạnh
	동경	1. Sự khao khát, mong nhớ 2. Thành phố Đông Kinh
	동경하다	Khao khát, mong muốn
	동굴	Cái hang
	동그랗다	Tròn
	동기	1. Động cơ, lý do 2. Đồng kỳ (cùng thời gian)
	동등하다	Ngang bằng nhau
	동료	Đồng nghiệp
	동무	Bạn thân
	동물	Động vật
	동물원	Sở thú, vườn bách thú
	동반자	Người đồng hành

	동부	Miền Đông, phía Đông
	동산	Đồi
	동서양	Phương Đông và phương Tây
	동성	Cùng tính chất, đồng tính
	동시	Cùng lúc, đồng thời
	동식물	Động thực vật
	동양	Đông Dương, phương Đông
	동양화	Tranh phương Đông
	동영상	Video, clip
	동의하다	Đồng ý
	동일하다	Đồng nhất, giống nhau
	동작	Động tác, hành động
	동전	Tiền xu
	동정하다	Đồng cảm, đồng tình
	동조하다	Ủng hộ, hưởng ứng
	동종	Cùng chủng loại
	동질성	Đồng chất, có tính chất giống nhau
	동창	Bạn cùng trường, cùng khóa
	동창회	Hội cùng học, hội cựu học sinh
	동해안	Bờ biển phía Đông
	동호회	Hội những người cùng sở thích
	동화	Đồng hóa
	동화책	Sách, truyện thiếu nhi
되	되감다	Quấn lại, cuốn lại
	되도록	Như có thể được, càng... thì càng...
	되돌아보다	Quay lại nhìn, nhìn lại
	되살아나다	Sống lại, sống sót
	된서리	Sương nặng hạt
	된서리를 맞다	Bị giá rét như cắt da cắt thịt
	된장	Món đậu tương lên men của người Hàn Quốc
두	두근거리다	Đập thình thịch, phập phồng

	두드리다	Gõ, đập
	두려워하다	Lo lắng, sợ hãi
	두렵다	Ngại, e sợ
	두르다	1. Quấn, cột xung quanh 2. Mang, choàng, mặc
	두통	Bệnh đau đầu
	두통약	Thuốc đau đầu
둑	둑	Bờ đê, đường đê
둔	둔감하다	Không nhạy cảm, chai lì
	둔하다	Đần độn, chậm chạp
	둔해지다	Trở nên chậm chạp, trở nên mất nhạy bén
둘	둘러보다	Nhìn xung quanh, xem vòng quanh
둥	둥글다	Hình tròn, tròn
	둥지	Tổ
뒤	뒤늦다	Muộn, muộn màng, trì hoãn
	뒤떨어지다	Rớt lại sau, tụt hậu
	뒤집다	Lộn ra, lật ra, lật ngược
	뒤집히다	Bị lật ngược, bị lật
	뒤쪽	Phía sau
뒷	뒷동산	Đồi sau nhà
	뒷마당	Vườn sau, sân sau
	뒷머리	Ót, gáy
	뒷모습	Hình dáng nhìn từ phía sau
	뒷문	Cửa sau, cửa hậu
	뒷받침하다	Hỗ trợ từ phía sau, hậu thuẫn
	뒷사람	Thế hệ tiếp theo, người tiếp theo
	뒷이야기	Phần sau câu chuyện
	뒷자리	Ghế sau

드	드디어	Cuối cùng, sau cùng
	드라마	Kịch, phim truyền hình
	드라이	Việc sấy tóc, việc giặt khô
	드라이클리닝	Giặt khô
	드러나다	Lộ ra, hiện ra
	드러내다	Làm cho thể hiện ra ngoài, lộ ra, phô bày
	드물다	Hiếm, ít khi có
든	든든하다	Chắc chắn, vững chắc, đáng tin cậy
들	들뜨다	Bồn chồn, xao xuyến, bồi hồi
	들러보다	Ghé thăm
	들려주다	Kể cho nghe
	들르다	Ghé vào, ghé qua
	들어서다	Đứng vào trong, bước vào
	들여다보다	Nhìn vào trong
	들이 마시다	Thở, hít vào
	들키다	Bị phát hiện, bị lộ
듬	듬뿍	Tràn trề
듯	듯하다	Hình như, dường như
등	등걸	Gốc, rễ
	등급	Tầng, bậc, cấp
	등기	Đăng ký
	등록금	Tiền đăng ký
	등록증	Giấy chứng nhận đăng ký
	등록하다	Đăng ký
	등반하다	Trèo lên, leo
	등불	Ngọn đèn, ánh sáng đèn
	등산객	Khách leo núi
	등심	Thịt thăn
	등용하다	Bổ nhiệm, tuyển dụng

	등잔	Bình đèn dầu
	등장	Ra sân khấu, xuất hiện
	등장하다	Xuất hiện
디	디디다	Đạp, giẫm, đứng lên
	디스크	1. Đĩa hát 2. Thoát vị đĩa đệm
	디자이너	Nhà thiết kế
	디지털	Kỹ thuật số, Digital
	디지털카메라	Máy ảnh kỹ thuật số
따	따갑다	Nóng, nóng rát
	따끔거리다	Rát
	따라가다	Đi theo
	따라서	Vì thế, theo đó
	따로따로	Riêng rẽ, riêng biệt
	따르다	Đi theo, bám theo
	따위	Như, giống như
	따지다	Gạn hỏi, tra hỏi, phân định
딱	딱딱하다	Cứng
	딱지	1. Vỏ 2. Nhãn tem
땅	땅에 떨어지다	Sa sút nghiêm trọng
	땅콩	Củ lạc, lạc, đậu phộng
때	때때로	Thỉnh thoảng, đôi lúc
	때리다	Đánh, đập, tát
	때우다	Ăn món ăn đơn giản thay bữa
땡	땡땡이 치다	Bỏ đi chơi, lơ là công việc, lông bông
떠	떠나다	Rời, từ bỏ
	떠돌다	Lang thang, đi chỗ này chỗ kia

	떠들썩하다	Ầm ĩ, náo loạn
	떠오르다	Nổi lên, xuất hiện
	떠올리다	Nhớ đến
떡	떡국을 먹다	Thêm một tuổi
떨	떨다	Run sợ, run rẩy
	떨리다	Run, run run, run rẩy
	떨어뜨리다	Đánh rơi, làm rớt
	떨어지다	Rớt, rụng
떼	떼다	1. Tháo, gỡ 2. Bớt ra, dành ra
또	또	Lặp lại, thêm nữa
	또박또박	1. Nắn nót, tỉ mỉ, rành mạch 2. Đều đặn 3. Một cách lộp cộp, một cách nhịp nhàng
	또한	Hơn nữa
똑	똑같이	Giống nhau
	똑똑하다	Rõ ràng, thông minh
똥	똥	Phân
뚜	뚜껑	Nắp, nút
	뚜렷하다	Rõ ràng
뚝	뚝	Đột nhiên, bỗng nhiên
뚫	뚫리다	Bị đục lỗ, bị khoét, bị chọc thủng
뚱	뚱뚱하다	Mập, béo
뛰	뛰놀다	Chạy nhảy
	뛰어 들어가다	Chạy vào
	뛰어가다	Chạy đi

	뛰어나다	Nổi trội, giỏi hơn người khác
	뛰어내리다	Nhảy xuống
	뛰어넘다	Nhảy qua, vượt qua
	뛰어다니다	Chạy quanh
	뛰어오다	Chạy đến
	뛰쳐나오다	Lao ra, vụt ra, phóng ra
뜨	뜨거워지다	Trở nên nóng,
	뜨다	1. Mở (mắt) 2. Nheo mắt
뜯	뜯다	Rút, mở, gỡ
	뜯어먹다	Ăn cướp, ăn chặn
뜰	뜰	Sân, vườn
뜸	뜸을 들이다	Ấp úng, không nói thành lời
뜻	뜻밖	Bất ngờ, không nghĩ đến
띠	띠	Dây lưng, thắt lưng
	띠다	Thắt, giắt lưng, mang theo
띵	띵하다	Đầu nhức, đầu kêu ong ong
란	란	Mục, cột
량	량	Lượng
러	러브레터	Thư tình
레	레몬	Quả chanh
	렌즈	Cái thấu kính, kín áp tròng
	렌터카	Xe cho thuê
	렌트비	Tiền thuê

로	로또	Xổ số
	로봇	Rô bốt, người máy
	로비	Hành lang, tiền sảnh
	로컬	Địa phương
룸	룸메이트	Bạn cùng phòng
르	르네상스	Thời kỳ Phục hưng
리	리더십	Năng lực lãnh đạo
	리듬	Nhịp
	리모컨	Điều khiển từ xa
	리얼리티	Hiện thực, thực tế
립	립스틱	Son môi
마	마감일	Ngày hết hạn
	마감하다	Đóng, kết thúc
	마구	Cẩu thả, bừa bãi
	마네킹	Hình nộm, hình mẫu
	마당	Sân, vườn
	마디	Khớp, đoạn, khúc, lời nói
	마땅하다	Thích hợp
	마라톤	Chạy maratông
	마련하다	Chuẩn bị, đương nhiên
	마루	Đỉnh núi
	마르다	1. Khô, cạn, không còn 2. Xẻ, cắt
	마무리하다	Hoàn thành, kết thúc
	마비	Bệnh bại liệt, tê liệt
	마술	Ảo thuật
	마스크	Mặt nạ, khẩu trang
	마약	Ma túy
	마을	Làng, xóm

	마음가짐	Lòng quyết tâm
	마음껏	Thỏa thích
	마음대로	Như ý, theo ý của mình
	마음먹다	Quyết tâm
	마음속	Trong lòng
	마음씨	Tấm lòng, tâm địa
	마일	Dặm (đơn vị cự ly của Anh)
	마일리지	Điểm bay tích lũy
	마저	Ngay cả, đến cả, nốt
	마주	Mặt đối mặt, đối diện
	마주치다	Đâm vào nhau, va vào nhau
	마주하다	Đối diện
	마중나가다	Đi đón
	마지못하다	Bất đắc dĩ
	마찬가지	Giống hệt, y hệt
	마찰	Ma sát, cọ xát
	마찰력	Lực ma sát
	마치다	Kết thúc, chạm vào, động vào
	마침	Đúng lúc, vừa lúc đó
	마침내	Cuối cùng
	마케팅	Maketing, tiếp thị
	마켓	Thị trường
	마트	Cửa hàng tiện lợi
막	막내	Sau cùng, út
	막다	Bịt, chặn, ngăn lại
	막대기	Cây gậy
	막론하다	Bất chấp, bất kể, bất luận
	막막하다	1. Hoang vắng, cô quạnh 2. Bát ngát, mênh mông 3. Bứt rứt, nhức nhối
	막상	Đột xuất, bất ngờ, đúng lúc
	막차	Chuyến xe lửa cuối cùng

만	만끽	Ăn uống đầy đủ, tận hưởng
	만남	Cuộc gặp
	만년필	Bút máy
	만만하다	Dễ dàng, nhẹ nhàng
	만성질환	Bệnh mãn tính
	만약	Giả sử
	만약	Lỡ, nếu, giá mà
	만족	Mãn nguyện, hài lòng
	만족감	Sự hài lòng
	만취하다	Say bí tỉ
	만큼	Bằng với, như
	만화	Hoạt hình
	만화책	Truyện tranh
맏	맏딸	Con gái đầu
	맏아들	Con trai đầu
말	말	1. Con ngựa 2. Lời nói
	말다	1. Cuốn, quấn, cuộn 2. Đừng
	말다툼	Cãi lộn, cãi nhau, cãi vã
	말리다	1. Can ngăn 2. Hong khô
	말만 앞세우다	Chỉ nói không làm
	말미암다	Do, lý do là, xuất phát từ
	말복	Đợt nóng cuối trong mùa hè
	말썽부리다	Kêu ca, gây chuyện
	말씨	Cách nói chuyện, lời nói
	말투	Cách nói chuyện
맛	맛보다	Nếm, thử
	맛을 들이다	Say mê, làm hứng thú

망	망가뜨리다	Làm hư, làm hỏng, hủy hoại
	망가지다	Bị hỏng
	망설이다	Chần chừ
	망원경	Ống nhòm, kính viễn vọng
	망치다	Hư, hỏng, làm hư, phá hoại
	망하다	Diệt vong, phá sản
맞	맞벌이	Hai vợ chồng cùng đi làm
	맞이	Đón tiếp
	맞추다	1. Lắp, ráp 2. So sánh 3. Làm theo
	맞춤	Đặt may (quần áo)
	맞춤법	Quy tắc chính tả
	맞히다	Bị mắc mưa
맡	맡기다	Uỷ thác, uỷ quyền
	맡다	Đảm nhận, phụ trách
매	매	Con chim ưng
	매기다	Đặt, định
	매년	Mỗi năm
	매달	Mỗi tháng
	매달리기	Bị treo, bị mắc, dính vào
	매력	Sức hút, sức hấp dẫn
	매력적이다	Hấp dẫn, thú vị, lôi cuốn
	매매하다	Mua bán, buôn bán
	매번	Mỗi lần, lần nào cũng
	매사	Mỗi việc
	매섭다	Mãnh liệt, dữ dội, đáng sợ, sắc lạnh
	매실	Quả mai, quả mơ xanh
	매연	Khói thải
	매운 탕	Món canh cay
	매일	Mỗi ngày

	매장	Mai táng, cửa hàng
	매점	Quầy bán hàng, căng tin
	매주	Mỗi tuần
	매진하다	Bán hết
	매체	1. Trung gian, truyền dẫn 2. Phương tiện
	매출	Bán ra
	매콤하다	Cay cay
	매표소	Chỗ bán vé
	매화	Hoa mai
맥	맥락	Mạchmạch truyện
	맥주	Bia
맨	맨발	Chân không
	맨손	Tay không
맹	맹인	Người mù
맺	맺다	1. Kết (trái) 2. Trói
머	머리카락	Sợi tóc
	머무르다	Trú, ngụ, ở
	머지않다	Tương lai không xa, tương lai gần
먹	먹거리	Cái để ăn
	먹먹하다	Lùng bùng, không nghe thấy
	먹을거리	Lương thực, đồ ăn
	먹음직스럽다	Nhìn ngon miệng
	먹이	Đồ ăn, món ăn
	먹이다	Cho ăn
먼	먼저	Trước tiên, trước hết
	먼지	Bụi bặm

멀	멀리	Xa
	멀쩡하다	Khỏe mạnh, tốt, hoàn chỉnh
	멀티미디어실	Phòng đa phương tiện
멈	멈추다	Ngừng, dừng
멋	멋지다	Sang trọng, đẹp, tuyệt vời
멍	멍	Vết bầm
	멍들다	Bầm,tụ máu
	멍하니	Thẫn thờ
멎	멎다	Ngưng, ngừng (thở)
메	메다	Cõng, mang trên vai
	메달	Huân chương
	메모	Ghi nhớ, nhắn
	메시지	Nhắn, thông điệp, thư, bức điện
멜	멜로디	Giai điệu
	멜론	Dưa gang
멤	멤버	Thành viên, hội viên
멧	멧새	Chim rừng, chim sẻ đất
며	며느리	Con dâu
면	면밀히	Một cách tỉ mỉ
	면바지	Quần vải
	면세점	Cửa hàng miễn thuế
	면역	Miễn dịch
	면적	Diện tích
	면접관	Người phỏng vấn
	면접시험	Thi phỏng vấn

	면접하다	Phỏng vấn
	면제하다	Miễn trừ, miễn
	면하다	1. Tránh được, tránh 2. Đối diện
	면허증	Giấy phép
	면화	Hoa cây bông
멸	멸망하다	Sụp đổ, hủy diệt
	멸종되다	Bị tuyệt chủng
	멸종하다	Tuyệt chủng
명	명랑하다	Hớn hở, vui tươi
	명백하다	Rõ ràng
	명백히	Một cách rõ ràng
	명사	1. Danh sĩ 2. Danh từ
	명상	Thiền
	명성	Danh tiếng, tên tuổi
	명세서	Bảng báo cáo chi tiết, hóa đơn
	명소	Một nơi nổi tiếng, danh lam thắng cảnh
	명예	Danh dự, uy tính, danh nghĩa
	명의	1. Danh y 2. Tên
	명의도용	Trộm tên, ăn cắp tên
	명인	Danh nhân
	명절	Ngày lễ, ngày tết
	명칭	Tên gọi, danh xưng
	명품	Kiệt tác, tác phẩm có tiếng tăm
	명함	Danh thiếp
	명화	1. Danh họa, bức tranh đẹp 2. Bộ phim nổi tiếng
	명확하다	Rõ ràng, chính xác
몇	몇몇	Một vài

모	모국어	Tiếng mẹ đẻ
	모금	Sự quyên góp tiền
	모기	Con muỗi
	모나리자	Mona Lisa
	모델	Hình mẫu, kiểu mẫu
	모래	Cát
	모바일	Điện thoại di động
	모방하다	Mô phỏng, học theo, bắt chước
	모범생	Học sinh gương mẫu
	모색하다	Dò dẫm, mò mẫm, tìm kiếm
	모성애	Tình mẹ
	모순	Mâu thuẫn
	모습	Hình dáng
	모으다	Tập trung lại, gom lại
	모이다	Xúm lại, gom lại, tập trung lại
	모자라다	Thiếu, không đủ
	모조리	Toàn bộ, tất cả
	모차르트	Nhà soạn nhạc Mozart
	모터쇼	Motor show
	모험하다	Mạo hiểm
	모형	Mô hình
목	목격하다	Mục kích, tận mắt nhìn thấy
	목돈	Món tiền lớn
	목록	Mục lục, danh mục
	목마르다	Khát nước, khát
	목사	Mục sư
	목소리	Giọng nói
	목숨	Sự sống, mạng sống
	목욕	Tắm rửa
	목욕탕	Nhà tắm công cộng
	목적	Mục đích

	목적지	Điểm đến
	목조	Làm bằng gỗ
	목표	Mục tiêu
몫	몫	Phần, khẩu phần
몰	몰다	Lái xe, săn đuổi, dồn
	몰라보다	Nhận không ra, nhìn không ra
	몰락	Huỷ diệt, phá sản, tiêu tan
	몰래	Một cách bí mật, vụng trộm, lén lút
	몰려들다	Tập trung đến, dồn tới
	몰리다	Dồn, chất, ứ
	몸무게	Trọng lượng cơ thể
	몸집	Khổ người
	몸짓	Điệu bộ, cử chỉ, động tác cơ thể
몹	몹시	Rất, quá (chỉ mức độ)
못	못생기다	Xấu xí
	못을 박다	Đóng đinh
	못지않다	Không thua kém, ngang bằng
	못하다	Không làm được
묘	묘사하다	Miêu tả
무	무게	Trọng lượng
	무관심	Không quan tâm, bỏ bê
	무기력하다	Không có sức, yếu
	무너지다	Sụp, đổ, vỡ, bể
	무늬	Vân, hoa, đường nét
	무단	Sự dùng vũ lực
	무대	Vũ đài, sân khấu, sân chơi, khu vực
	무더위	Cơn nóng ngộ ngát
	무덤	Mồ mả, huyệt

무덥다	Nóng bức, ngột ngạt
무뚝뚝하다	Thô lỗ, cục cằn
무려	Đến những, nhiều hơn
무렵	Khoảng, chừng, vào lúc
무료	Miễn phí
무릅쓰다	Liều, mạo hiểm, bất chấp
무리	Đàn, bầy
무리하다	Quá mức
무면허	Không giấy phép
무분별하다	Không phân biệt, bừa bãi
무비판	Không phân biệt đúng sai, không suy nghĩ
무사히	Một cách bình an vô sự
무상	Không mất tiền, miễn phí
무상원조	Viện trợ không hoàn lại
무서워하다	Sợ hãi
무선	Vô tuyến, không dây
무섭다	Sợ, hãi hùng, khủng khiếp
무소식	Không có tin tức
무시무시하다	Kinh khủng, khủng khiếp
무시하다	Khinh thường, coi thường, làm lơ
무심코	Một cách vô tâm
무역	Mậu dịch, buôn bán, thương mại
무용수	Vũ công
무의식	Không tự nhận biết, vô thức
무이자	Không có tiền lãi
무인	Không có người
무인화하다	Tự động hóa
무작위	Ngẫu nhiên, không cố ý
무작정	Không mục đích, không kế hoạch
무절제	Không điều độ
무조건	Vô điều kiện
무중력	Không trọng lực

	무지개	Cầu vồng
	무질서하다	Mất trật tự
	무통장	Không dùng sổ ngân hàng
묵	묵다	1. Trú, cư trú, ở 2. Cũ kỹ, lâu ngày
묶	묶다	Cột, buộc, trói
문	문건	Văn kiện, công văn
	문구	1. Câu văn 2. Văn phòng phẩm
	문명	Văn minh
	문명전	Triển lãm danh tác thế giới
	문법	Ngữ pháp
	문병하다	Thăm bệnh, thăm hỏi bệnh
	문서	Tài liệu, tư liệu, giấy tờ
	문의처	Nơi giải đáp thắc mắc
	문의하다	Hỏi
	문인	Nhà văn
	문자	Chữ viết, văn tự
	문자메시지	Tin nhắn chữ
	문제점	Vấn đề
	문틈	Khe cửa
	문학	Văn học
	문화교육부	Bộ giáo dục văn hóa
	문화생활	Sinh hoạt tinh thần
	문화센터	Trung tâm văn hóa
	문화유산	Di sản văn hóa
	문화적	Tính văn hóa
물	물 건너가다	Quá muộn, hết hy vọng
	물 쓰듯이	Xài như nước
	물가	Vật giá

	물감	Thuốc nhuộm màu
	물건	Đồ vật
	물고기	Cá
	물과 기름	Như chó với mèo
	물기	Độ ẩm, hơi nước
	물다	Cắn
	물러나다	Rút lui, lùi, bỏ
	물러서다	Đứng lùi ra sau, nghỉ hưu
	물려받다	Thừa hưởng, thừa kế
	물려주다	Truyền cho, để lại cho
	물론	Đương nhiên
	물류	Lưu thông hàng hóa
	물리다	1. Bị cắn, bị chích 2. Trả lại
	물방울	Giọt nước
	물속	Trong nước
	물약	Thuốc nước
	물음	Câu hỏi
	물자	Vật tư, hàng hóa
	물질	Vật chất
	물질적	Tính vật chất
	물체	Vật thể, đồ vật
	물품	Vật phẩm, hàng hóa
뭉	뭉치다	Đoàn kết, kết lại thành cục
뮤	뮤지컬	Âm nhạc
미	미각	Vị giác, khẩu vị
	미끄러지다	Trơn, trượt
	미네랄	Khoáng chất
	미니스커트	Váy ngắn
	미담	Câu chuyện gây ấn tượng sâu sắc, câu chuyện gây xúc động, câu chuyện cảm động

	미덕	Đức hạnh, đức tính tốt
	미디어	Truyền thông
	미래	Tương lai
	미련하다	Khờ dại, ngớ ngẩn
	미루다	Hoãn, kéo dài thời hạn, lùi, đùn đẩy
	미리미리	Trước, sẵn
	미만	Chưa đầy
	미세	Rất nhỏ, rất ít
	미세먼지	Bụi phân tử
	미소	Nụ cười
	미술	Mỹ thuật
	미신	Mê tính, dị đoan
	미안하다	Xin lỗi
	미역	Cây rong biển
	미역국	Món canh rong biển
	미용사	Thợ uốn tóc, thợ làm đẹp
	미용실	Mỹ viện
	미인	Mỹ nhân
	미지	Không biết, lạ lẫm
	미지근하다	Âm ấm, lãnh đạm, thờ ơ
	미처	Chưa
	미치다	Đạt tới
	미팅	Họp mặt, gặp mặt
	미혼	Chưa lập gia đình
민	민간	1. Dân gian, nhân dân 2. Tư nhân
	민간기업	Công ty tư nhân
	민간외교 사절	Đoàn ngoại giao dân sự
	민간요법	Liệu pháp dân gian
	민감하다	Nhạy bén, mẫn cảm
	민박하다	Ở trọ, ngủ trọ nhà dân
	민속	Dân tộc, truyền thống dân tộc

	민속촌	Làng truyền thống, làng dân tộc
	민영화	Cổ phần hóa, tư nhân hóa
	민요	Dân ca
	민족	Dân tộc
	민중	Dân chúng, quần chúng, nhân dân
	민첩하다	Nhanh, lanh lợi
믿	믿다	Tin, tin tưởng
	믿음	Niềm tin
	믿음직스럽다	Đáng tin
밀	밀다	Đẩy, xô
	밀려오다	Bị dồn đến, bị tràn đến
	밀리미터	Mi-li-mét
	밀림	Rừng rậm
	밀접하다	Chặt chẽ, thân thiết
	밀치다	Đẩy mạnh, xô mạnh
	밀폐되다	Đóng chặt, đóng kín
밉	밉다	Ghét, đáng ghét
밑	밑줄	Gạch dưới, gạch chân
바	바가지	Cái gáo
	바가지 쓰다	Mua hớ
	바구니	Cái rổ
	바깥	Bên ngoài, phía ngoài, ra ngoài
	바뀌다	Thay đổi, được thay đổi, bị thay đổi
	바느질	Việc may mặc, may vá
	바늘	Cái kim
	바다	Biển
	바닥	Đáy, mặt phẳng
	바닥나다	Cạn đáy, hết sạch
	바닷물	Nước biển

	바라다	Mong muốn, mong ước
	바라보다	Nhìn chằm chằm
	바람	Luồng không khí, gió
	바람	Gió
	바람을 넣다	Xúi giục, thổi thêm vào, xúi vào
	바람을 쐬다	Hóng gió
	바람직하다	Đúng đắn, chính xác
	바르다	Thẳng, đúng đắn, chính xác
	바리스타	Barista, nhân viên pha cà phê
	바보	Kẻ ngốc, đồ ngốc
	바쁘다	Bận bịu
	바위	Tảng đá, phiến đá
	바이러스	Vi rút, vi trùng
	바치다	Cống hiến, nộp, đưa vào
	바퀴	Bánh xe
	바탕	Nền tảng, bản chất
	바티칸	Vatican
박	박	Quả bầu
	박다	Đóng, gắn
	박람회	Cuộc triển lãm
	박물관	Viện bảo tàng
	박사	Tiến sĩ
	박스	Hộp, rương
	박자	Nhịp
	박차를 가하다	Tăng cường, thúc đẩy
	박히다	Bị đóng vào, bị ghim vào
반	반가워하다	Vui mừng
	반감	Phản cảm
	반납하다	Nộp lại, trả lại
	반대	Ngược lại
	반대로	Trái nghĩa

	반대쪽	Hướng đối diện, hướng ngược lại
	반대하다	Phản đối
	반드시	Nhất định
	반려	Bạn, người đồng hành
	반말	Lời nói không lễ phép, nói hỗn
	반면	Mặt khác, tương phản, trái lại
	반박하다	Phản bác, từ chối
	반반하다	Bằng phẳng
	반발하다	Phản kháng, chống đối
	반복하다	Nhắc lại, lặp lại
	반비례하다	Tỷ lệ nghịch
	반성하다	Tỉnh ra, sự hối cải, phản tỉnh
	반액	Nửa giá, nửa số tiền
	반영하다	Phản ánh
	반응하다	Phản ứng
	반입하다	Đưa vào, mang vào
	반전하다	Lật, chuyển ngược
	반점	Vết đốm
	반죽하다	Nhào, nhào nặn
	반짝이다	Lấp lánh, long lanh
	반찬	Thức ăn phụ
	반품	Hàng bị trả, hàng trả lại
	반하다	Phải lòng
받	받아들이다	Chấp nhận, tiếp nhận
	받침	Cái giá đỡ
발	발가락	Ngón chân
	발각	Phát giác, phát hiện, biết được
	발간하다	Phát hành
	발걸음	Bước chân
	발견하다	Tìm ra, tìm thấy, khám phá
	발굴하다	Khai quật, tìm kiếm

	발권	Sự phát hành tiền giấy
	발급하다	Cấp phát
	발길	Bước chân
	발끝	Mũi chân, đầu ngón chân
	발달하다	Phát triển, tiến bộ, đi lên
	발등	Mu (bàn chân)
	발레	Ba-lê
	발렌타인데이	Ngày Valentine
	발매하다	Đốn, chặt
	발명	Phát minh
	발목	Mắt cá chân, cổ chân
	발발	Bùng nổ, bùng lên
	발사하다	Phóng, bắn
	발상	Ý tưởng, sáng kiến
	발생	Sự phát sinh, sự xuất hiện
	발생량	Lượng phát sinh, lượng thải ra
	발생하다	Phát sinh, xảy ra, xuất hiện
	발송하다	Gửi, phát, chuyển
	발신하다	Phát tín hiệu, gửi thư
	발음	Phát âm
	발자국	Vết chân
	발전	Phát triển
	발전기	Máy phát điện
	발표	Công bố, thông báo, phát biểu
	발표자	Người phát biểu
	발표회	Buổi công bố
	발한하다	Đổ mồ hôi
	발행하다	Phát hành
	발효하다	Có hiệu lực, phát sinh hiệu lực
	발휘하다	Phát huy
밝	밝다	Sáng

밟	밟다	Giẫm
밤	밤	Đêm
	밤늦다	Đêm muộn
	밤새우다	Thức suốt đêm
	밤하늘	Bầu trời đêm
밥	밥그릇	Chén cơm
	밥맛	Sự thèm ăn, sự ngon miệng
	밥상	Bàn ăn
방	방관	Bàng quan, thờ ơ
	방금	Vừa mới, vừa lúc nãy
	방망이	Dùi cui, gậy
	방면	Phương diện, lĩnh vực
	방법	Phương pháp, cách thức
	방송	Phát thanh truyền hình
	방송국	Đài phát thanh, đài truyền hình
	방송사	Đài phát thanh truyền hình
	방식	Phương thức
	방안	Phương án
	방어	Phòng ngự, phòng thủ
	방언	Tiếng địa phương
	방영하다	Chiếu đi, phát bằng hình ảnh
	방울	Cái chuông, giọt nước
	방지하다	Đề phòng, ngăn ngừa
	방청	Sự tham dự, sự tham gia, có mặt
	방청객	Khách mời
	방출하다	Thải, phóng ra, xả ra
	방침	Phương châm
	방편	Phương pháp, phương tiện
	방해하다	Phương hại, gây cản trở
	방향	Phương hướng

밭	밭	Ruộng, cánh đồng
배	배	1. Bụng 2. Con thuyền 3. Quả lê
	배가 아프다	Ghen tị với thành công của ai
	배격하다	Loại bỏ, trừ khử
	배경	Bối cảnh, hoàn cảnh
	배구	Bóng chuyền
	배꼽	Rốn, lỗ rốn, rún
	배낭여행	Du lịch ba lô
	배달하다	Phát, chuyển, giao nhận
	배려하다	Quan tâm
	배분	Phân chia, chia ra
	배상하다	Bồi thường
	배설	Sự bài tiết, sự thải ra
	배송	Chuyển hàng, vận chuyển
	배송비	Phí vận chuyển
	배심원	Bồi thẩm viên
	배열하다	Sắp xếp, xếp đặt
	배우자	Bạn đời
	배움	Sự học hành
	배추	Bắp cải, cải thảo
	배출량	Lượng khí thải ra
	배출하다	Thải ra, xả ra
	배터리	Pin, ắc quy
	배편	Bằng thuyền, bằng tàu thuyền
백	백성	Bách tính, dân chúng
	백신	Vắc-xin
	백양	Cây bạch dương
	백조	Thiên nga
	백지	Tờ giấy trắng

	백혈병	Bệnh máu trắng
밸	밸런타인데이	Ngày Valentine
뱀	뱀	Con rắn
뱃	뱃사람	Thủy thủ, thuyền viên
뱉	뱉다	Phun ra, khạc ra
버	버금가다	Tiếp nối, tiếp theo
	버둥거리다	Vùng vẫy
	버럭	Đột nhiên, thình lình
	버려지다	Bỏ hoang
	버릇	Đặc tính xấu, tật, thói quen
	버릇없다	Hư hỏng, mất nết
	버리다	Vứt, quăng
	버섯	Cây nấm
	버스카드	Thẻ xe buýt
	버튼	Cái nút
	버티다	Chịu đựng, chống, đỡ
벅	벅차다	Quá sức
	번갈다	Thay phiên nhau
	번거롭다	Phức tạp, phiền phức
	번식력	Khả năng sinh sản, sinh sôi
	번식하다	Sinh sôi, sinh sản
	번역	Biên dịch
	번지다	Lan ra, tỏa ra
	번호	Chữ số
	번호표	Phiếu thứ tự
	번화하다	Phồn hoa, nhộn nhịp
벌	벌	1. Con ong 2. Hình phạt

	벌금	Tiền phạt
	벌떡	Bất ngờ, bất thình lình
	벌레	Sâu, bọ
	벌리다	Mở mở rộng ra
	벌써	Đã, xong trước rồi, xảy ra rồi
	벌어지다	Xảy ra
	벌이	Kế sinh nhai, cách kiếm ăn, công việc, chỗ làm
	벌이다	Bắt đầu làm gì
	벌점	Điểm phạt
	벌집	Tổ ong
	벌컥	Bất thình lình, một cách bất ngờ
범	범위	Phạm vi, giới hạn
	범인	Phạm nhân
	범죄	Tội phạm
	범죄자	Thủ phạm
	범칙금	Tiền phạt
법	법관	Quan tòa
	법규	Pháp quy, quy định pháp luật
	법률	Pháp luật
	법안	Dự thảo luật
	법원	Tòa án
	법적인	Có tính hợp pháp
	법칙	Phép tắc
벗	벗겨지다	Thoát khỏi, bị bóc ra
	벗기다	Tháo, bóc, tách
	벗어나다	Thoát ra khỏi
	벚꽃	Hoa anh đào
베	베개	Cái gối
	베끼다	Sao chép, chụp lại

	베다	Cắt, chặt
	베란다	Thềm, hành lang
	베스트셀러	Bán chạy nhất
벨	벨	Cái chuông
	벨트	Dây, đai
벼	벼	Lúa, cây lúa
	벼농사	Làm ruộng, làm lúa
	벼락	Sấm sét
	벼루	Cục đá để mài mực
	벼룩시장	Chợ đồ cũ
벽	벽걸이	Móc treo lên tường
	벽돌	Gạch
	벽에 부딪치다	Gặp khó khăn, gặp trở ngại
변	변경하다	Thay đổi, chuyển đổi
	변기	Cái bồn vệ sinh
	변덕스럽다	Hay thay đổi
	변덕이 죽 끓듯 하다	Sáng nắng chiều mưa
	변동	Biến động, thay đổi
	변명하다	Thanh minh, giải thích
	변비	Bệnh táo bón
	변하다	Thay đổi, trở nên khác đi
	변형하다	Sự biến hình, thay đổi hình dạng
	변화하다	Biến hóa
별	별	Ngôi sao
	별도	Riêng rẽ, riêng lẻ
	별따기	Việc hái sao trên trời
	별명	Biệt danh, tên khác
	별일	Chuyện khác lạ, chuyện đặc biệt
	별자리	Chòm sao

	별칭	Tên gọi khác
볏	볏단	Bó lúa
병	병기	Binh khí, vũ khí
	병동	Khu phòng bệnh
	병들다	Bị bệnh, mắc bệnh, nhiễm bệnh
	병문안	Thăm bệnh
	병석	Giường bệnh
	병아리	Gà con
	병원비	Viện phí
보	보고서	Bản báo cáo
	보고하다	Báo cáo
	보고회	Buổi báo cáo
	보관실	Phòng bảo quản
	보관하다	Bảo quản, giữ gìn
	보급률	Tỷ lệ phổ cập
	보급하다	Phổ cập
	보기	Ví dụ
	보내다	Gửi
	보너스	Tiền thưởng
	보다	Nhìn, trông, xem
	보도	Đi bộ
	보람	Ích lợi, kết quả, tác dụng, lợi ích
	보류	Bảo lưu, giữ lại
	보름	Rằm
	보름달	Trăng rằm
	보물	Báu vật
	보살피다	Trông nôm, trông coi
	보상하다	Bồi thường
	보수	Bảo thủ
	보수작업	Công việc sửa chữa

	보수적이다	Có tính chất bảo thủ
	보습하다	Học thêm
	보신탕	Món canh thịt chó hầm
	보안	Bảo an, an ninh
	보약	Thuốc bổ
	보완하다	Bổ sung cho hoàn chỉnh
	보유하다	Có, sở hữu, mang
	보일러	Nồi hơi
	보장하다	Đảm bảo, giữ gìn, chắc chắn
	보조금	Tiền giúp đỡ, tiền hỗ trợ
	보조하다	Hỗ trợ
	보존하다	Bảo tồn, giữ gìn
	보증금	Tiền bảo lãnh, tiền đặt cọc
	보충하다	Bổ sung
	보탬되다	Có ích
	보편적이다	Có tính phổ biến
	보편화하다	Phổ biến, thông dụng
	보행로	Đường đi bộ
	보행하다	Đi bộ
	보험	Bảo lãnh, bảo hiểm
	보험금	Tiền bảo hiểm
	보험료	Phí bảo hiểm
	보호하다	Bảo hộ, bảo vệ
복	복고	Phục cổ, phục hồi lại như cũ
	복구하다	Phục hồi, khắc phục
	복권	Xổ số
	복도	Hành lang
	복사기	Máy photocopy
	복사본	Bản sao
	복사하다	Sao chép
	복수	Phức số

	복숭아꽃	Hoa đào
	복습하다	Ôn tập
	복용하다	Uống thuốc
	복원하다	Giải ngũ
	복잡하다	Phức tạp, rắc rối
	복장	Áo quần, phục trang
	복장(이) 터지다	Phát điên lên mất
	복제판	Bản phục chế
	복제하다	Phục chế
	복종하다	Tuân thủ
	복지	Phúc lợi
	복직	Phục chức, quay trở lại làm chức vụ cũ
	복통	Đau bụng
	복학하다	Quay trở lại trường để học
	복합적으로	Một cách tổng hợp
본	본격적이다	Tính thực sự, đúng bản chất
	본격화하다	Thực sự, làm gì đó đúng nghĩa
	본국	Trụ sở chính
	본능	Bản năng
	본뜨다	Bắt chước, làm theo, noi theo
	본래	Vốn, vốn là
	본론	Chủ đề chính
	본문	Thân bài, nội dung chính
	본사	Trụ sở chính, công ty mẹ
	본성	Bản tính
	본인	Bản thân, đích thân người đó
	본질	Bản chất
볼	볼륨	Âm thanh
	볼링	Bôling
	볼링장	Sân chơi bôling
	볼일	Công việc, việc làm

봉	봉사단	Đoàn/nhóm hoạt động xã hội
	봉사자	Người hoạt động tình nguyện
	봉사하다	Phục vụ, hoạt động từ thiện
	봉사활동	Hoạt động từ thiện
	봉지	Túi giấy, bao giấy
	봉투	Phong bì, bao bì
뵈	뵈다	Xem, nhìn thấy
부	부	Sự giàu có
	부과하다	Thu thuế, đánh thuế
	부끄러워하다	Xấu hổ
	부끄럼	Sự xấu hổ, sự e ngại
	부담스럽다	Cảm thấy nặng nề
	부담을 덜어주다	San sẻ gánh nặng
	부담하다	Chịu trách nhiệm, chi trả
	부동산	Bất động sản
	부동산 경기	Tình hình bất động sản
	부둥키다	Ôm chặt
	부드럽다	Mềm mại, êm dịu
	부딪다	Chạm vào, động vào, xung đột
	부딪치다	Va vào, đụng nhau, va chạm
	부러지다	Bị gãy, vỡ, đứt
	부럽다	Ganh tị, thèm muốn
	부르다	Gọi, kêu
	부리다	Sai việc, sai khiến
	부모	Bố mẹ, cha mẹ
	부부	Vợ chồng
	부분	Bộ phận, phần
	부상	Vết thương, vết đứt
	부상자	Người bị thương
	부서	Bộ phận, vị trí

부서지다	Bị vỡ, bị rạn nứt, bị nát ra từng mảnh
부여하다	Ban, trao, chia
부연하다	Giải thích thêm, giải thích nhiều hơn cho rõ
부위	Phần, bộ phận
부유하다	Trôi nổi, bay
부자	Cha con
부작용	Tác dụng phụ
부잣집	Nhà giàu có
부장	Trưởng phòng
부적	Lá bùa
부적절하다	Không thích hợp, không đúng, không thích đáng
부정적이다	Có tính phủ định
부정적인 인상	Ấn tượng không tốt
부정하다	Sai trái, phủ định
부정행위	Hành vi sai trái
부제	Phụ đề
부조	Đóng góp, giúp đỡ
부조리	Không hợp lý, không logic
부족하다	Không đủ, thiếu
부주의	Không chú ý, cẩu thả
부지런하다	Chăm chỉ
부진하다	Không phát triển, không đi lên,
부쩍	Đột nhiên
부채	Quạt giấy, quạt tay
부추	Cây hẹ
부추기다	Kích động, xúi giục
부패하다	Hư hỏng
부풀다	Nở ra, phình ra, to ra, sưng lên
부품	Linh kiện
부피	Thể tích, khổ, độ to lớn
부하	Thuộc hạ
부하하다	Mang, vác, gánh

	부활하다	Phục sinh, tái sinh
북	북극곰	Gấu Bắc cực
	북아프리카	Bắc Phi
분	분간	Phân biệt
	분노하다	Phẫn nộ, tức giận
	분단되다	Bị chia cắt
	분담하다	Cùng chịu, cùng chia sẻ, chia ra
	분량	Lượng, phần, liều lượng
	분류하다	Phân loại
	분리수거하다	Thu gom riêng theo loại
	분리하다	Tách ra
	분만	Sự sinh đẻ
	분명하다	Rõ ràng, phân minh
	분방하다	Tự do thoải mái
	분배하다	Phân chia, phân phối
	분비하다	Tiết ra
	분석하다	Phân tích
	분수하다	Phun nước
	분실물	Đồ thất lạc
	분실하다	Làm mất, đánh rơi, thất lạc
	분야	Lĩnh vực, phương diện
	분양하다	Bán đất, bán nhà
	분열하다	Nứt, nẻ, rạn, vỡ, phân tách
	분위기	Bầu không khí
	분쟁	Phân tranh, tranh chấp
	분주히	Bận bịu, tất bật
	분홍	Màu hồng
	분화구	Miệng núi lửa
불	불가능하다	Không thể, không có khả năng
	불가피하다	Không thể tránh khỏi

불경기	Khó khăn, đình trệ
불공평하다	Bất bình đẳng
불과하다	Không quá, dưới, chỉ, không hơn
불교	Phật giáo
불구하고	Không để ý, bất chấp
불규칙	Không điều độ, không có quy tắc
불균형	Không cân bằng
불길	Ngọn lửa, ánh lửa, ánh sáng
불량	Bất lương, bất chính, hư, xấu
불량자	Người hư hỏng
불러일으키다	Gợi lại, tìm lại
불만	Than phiền, bất mãn
불면증	Chứng mất ngủ
불법	Bất hợp pháp, phạm luật
불빛	Ánh lửa
불상	Tượng Phật
불상사	Chuyện chẳng lành, điều rủi
불성실하	Không thành thật, không trung thực
불신하다	Mất lòng tin
불쌍하다	Tội nghiệp
불안	Bất an, không yên tâm
불안감	Cảm giác không yên tâm
불안하다	Bất an, không yên tâm
불어나다	Tăng thêm, sinh thêm
불우	Sự bất hạnh, vận đen, không may
불참	Không tham gia, vắng mặt
불치병	Bệnh nan y
불친절하다	Không thân thiện
불쾌하다	Khó chịu
불태우다	Đốt lửa
불편하다	Bất tiện
불평하다	Bất bình, bất mãn, không thỏa mãn

	불필요하다	Không cần thiết
	불행하다	Bất hạnh
	불황	Khủng hoảng, đình trệ, buôn bán ế ẩm
붉	붉다	Đỏ
붐	붐비다	Nhiều, dày đặc
붓	붓	Cây bút
붙	붙다	Dán
	붙잡다	Nắm chặt
	붙잡히다	Bị bắt, bị nắm
뷔	뷔페	Tiệc buffet
브	브라질	Brazil
	브랜드	Nhãn hiệu, thương hiệu
	브레이크	Phanh
블	블로그	Blog
비	비결	Bí quyết
	비관적이다	Có tính bi quan
	비교적	Tương đối, khá
	비교하다	So sánh
	비극	Bi kịch
	비난하다	Chỉ trích, phê bình, phản đối
	비논리	Không logic
	비닐	Nhựa, ni lông
	비닐봉지	Túi ni lông
	비다	Trống, vắng, rỗng
	비단	Tơ, lụa
	비단옷	Áo lụa
	비도덕적	Vô đạo đức

비례	Tỷ lệ
비로소	Ngay đó, chính lúc đó, đến khi
비록	Cho dù, dù là
비롯하다	Bắt đầu, tính từ
비료	Phân bón
비만하다	Béo tốt, béo phì
비무장지대	Khu vực phi vũ trang
비밀	Bí mật
비밀번호	Mã số bí mật
비바람	Mưa gió
비법	Bí quyết, phương pháp bí mật
비비다	Dụi (mắt)
비빔냉면	Món mì lạnh
비상	Bất bình thường, khẩn cấp
비상금	Tiền dự phòng
비상약	Thuốc cấp cứu
비서실	Phòng thư ký
비속하다	Tục, bẩn thỉu
비수기	Mùa thấp điểm
비슷하다	Giống nhau, tương tự
비싸다	Đắt
비약	Tiến bộ, đi lên
비약적	Tính nhảy vọt, vượt bậc
비영리	Không vụ lợi, phi lợi nhuận
비용	Chi phí, kinh phí
비우다	Làm cho trống, bỏ trống, để trống
비위생적인	Mất vệ sinh
비유하다	Tỷ dụ, so sánh
비율	Tỷ lệ
비자	Visa, thị thực
비정규직	Nhân viên tạm thời
비중	Tỷ trọng, phần

	비즈니스	Thương mại
	비참하다	Bi thảm, thảm khốc
	비추다	Chiếu, rọi
	비축하다	Tích trữ, tích phòng dự trữ
	비치다	Chiếu vào, rọi vào
	비키다	Tránh, né
	비타민	Vitamin
	비트코인	Bitcoin, tiền ảo
	비판적이다	Có tính phê phán
	비판하다	Phê phán, phê bình
	비하다	So sánh
	비행하다	Bay
	비효율적이다	Có tính phi hiệu quả
빈	빈곤하다	Nghèo đói
	빈도	Tần số, tần suất
	빈소	Nhà tang lễ
빌	빌다	Cầu xin, mong muốn
	빌리다	Mượn, thuê
빗	빗다	Chải đầu
	빗물	Nước mưa
빙	빙산의 일각	Chỉ là phần nổi của tảng băng
	빙하	Tảng băng lớn
빚	빚	Món nợ, số tiền nợ
	빚다	Vắt, nặn
	빛	Ánh sáng, tia sáng
	빛공해	Ô nhiễm ánh sáng
	빛깔	Màu sắc
	빛나다	Sáng chói, chiếu sáng, tỏa sáng
	빛내다	Làm cho sáng lên, làm cho vinh quang

빠	빠듯하다	Chật, hẹp
	빠뜨리다	Làm cho rớt, bỏ sót
	빠지다	Rơi vào tình trạng nào đó, lâm vào
	빠짐없이	Không thiếu, không sót
빡	빡빡하다	Khô cứng
빤	빤히	Rõ ràng, minh bạch
빨	빨개지다	Chuyển sang màu đỏ, trở nên đỏ
	빨래	Giặt giũ
빳	빳빳하다	Cứng, rắn
빵	빵소니 치다	Gây tai nạn rồi bỏ chạy
빼	빼놓다	Trừ ra, loại ra
	빼다	Rút ra, lấy ra, loại bỏ
	빼앗기다	Bị cướp, bị giật, bị lấy
	빼앗다	Cướp, giật, giành lấy
뺨	뺨	Gò má
뻔	뻔뻔하다	Không biết xấu hổ, trơ mặt, trơ trẽn
	뻔하다	Rõ ràng
뻗	뻗다	Lan tỏa, tỏa ra
뼈	뼈	Xương cốt
	뼈대	Cấu tạo, cấu trúc, bộ khung
뽑	뽑다	Bầu ra, tuyển chọn
	뽑히다	Được bầu, được chọn
뿌	뿌듯하다	Tràn ngập niềm vui

	뿌리	Rễ cây
	뿌리다	Phun, rắc
	뿌린 대로 거두다	Gieo gì gặt nấy
	뿌옇다	Mờ
뿐	뿐	Chỉ
뿜	뿜다	Phun ra, phọt ra, bắn ra
삐	삐다	Bong gân
사	사건	Sự kiện, vụ việc
	사계절	Bốn mùa
	사고력	Năng lực tư duy
	사고방식	Cách suy nghĩ
	사고팔다	Mua bán
	사과하다	Xin lỗi
	사교육	Giáo dục tư
	사교육비	Chi phí giáo dục tư
	사교적	Có tính xã giao
	사귀다	Kết bạn, làm quen, kết giao
	사극	Vở kịch lịch sử
	사납다	Dữ tợn, hung dữ
	사내	Đàn ông, nam giới
	사냥	Săn bắn
	사냥개	Con chó săn
	사냥꾼	Thợ săn
	사라지다	Biến mất, không còn nữa
	사랑받다	Được yêu thích
	사례	Trường hợp, ví dụ
	사례금	Tiền tạ lễ, thù lao
	사로잡다	Bắt sống
	사료	Thức ăn gia súc

사막	Sa mạc
사망	Tử vong, chết
사망자	Người chết, người tử vong
사모님	Quý bà, phu nhân
사무소	Văn phòng, cơ quan
사물	Đồ vật, tài sản riêng
사상	Trong lịch sử
사생활	Đời sống riêng, đời tư
사설	Thuộc về tư nhân, cá nhân làm ra
사소하다	Nhỏ vụn, vặt vãnh
사슴	Con hươu
사실	Sự thật, thực tế
사양하다	Từ chối, e ngại
사업	Công việc làm ăn, ngành nghề
사연	Ngọn ngành sự việc
사용료	Phí sử dụng
사용법	Cách sử dụng
사우나	Phòng tắm hơi
사유하다	Suy nghĩ kỹ
사육하다	Chăn nuôi, nuôi
사은품	Quà tặng
사이 좋다	Mối quan hệ tốt
사이버 공간	Không gian ảo
사이비	Sự giả tạo, sự giả mạo
사이트	Website
사인	Tư nhân
사적	Có tính cá nhân, có tính riêng tư
사정	Tình hình, hoàn cảnh
사주	Tứ trụ
사진관	Hiệu ảnh
사진첩	Album
사춘기	Tuổi dậy thì

	사치하다	Sự xa xỉ
	사투리	Giọng địa phương, phương ngôn
	사표	Tấm gương
	사표내다	Nộp đơn từ chức
	사항	Hạng mục, vấn đề
	사회	Xã hội
	사회규범	Ràng buộc của xã hội
	사회를 보다	Dẫn chương trình
	사회복지	Phúc lợi xã hội
	사회생활	Sinh hoạt xã hội, giao tiếp ngoài xã hội
	사회자	Người dẫn chương trình
	사회학	Xã hội học
	사회현상	Hiện tượng xã hội
삭	삭감하다	Giảm bớt
	삭막하다	Khô khan, hoang vắng
	삭제하다	Xóa, hủy bỏ
산	산골	Rừng núi
	산꼭대기	Đỉnh núi
	산더미	Một đống to như núi, đụn núi
	산맥	Dãy núi
	산부인과	Sản phụ khoa, khoa sản
	산불	Cháy rừng
	산소	Mồ mả, nghĩa trang, nghĩa địa
	산속	Trong núi
	산신령	Thần núi
	산악	Nơi núi non hiểm trở
	산업	Công nghiệp
	산지	Sơn địa, núi rừng
	산책	Đi dạo, đi bộ
	산책로	Đường đi bộ, đường đi dạo
	산천	Núi và suối

	산출하다	Sản xuất ra
	산타클로스	Santa Claus, ông già Nôen
살	살	Thịt, da thịt
	살구꽃	Hoa mai
	살리다	Cứu sống, cứu mạng
	살림	Cuộc sống, sinh hoạt
	살벌하다	Man rợ, ghê rợn
	살아나다	Sống lại
	살아남다	Còn sống, sống sót
	살인	Vụ giết người
	살짝	Thoăn thoắt
	살찌다	Lên cân, béo ra
	살펴보다	Nhìn chăm chút, xem kỹ, soi xét kỹ
	살피다	Để ý, thăm dò
삶	삶	Cuộc sống
	삶다	Luộc
삼	삼각	Tam giác, ba góc
	삼겹살	Thịt ba rọi
	삼국	Tam quốc
	삼다	Lấy, làm, coi như
	삼촌	Anh em của cha, chú, bác
	삼키다	Nuốt
삽	삽입하다	Chèn vào
상	상가	Cửa hàng, cửa hiệu, thương hiệu
	상관	Tương quan, liên quan
	상관없다	Không liên quan
	상관하다	Liên quan
	상금	Tiền thưởng
	상담실	Phòng tư vấn

상담원	Nhân viên tư vấn
상담자	Cố vấn, chuyên gia tư vấn
상담하다	Bàn bạc, thảo luận, tư vấn
상당히	Một cách tương đối, vừa phải, khá
상대	Đối phương, bạn, sự đối diện
상대방	Đối tác, đối phương
상대자	Đối tượng
상대적	Có tính tương đối
상대편	Phía đối tác, phía đối diện
상반	Tương phản
상반기	Sáu tháng đầu năm
상사	Cấp trên, sếp
상상력	Sức tưởng tượng, khả năng tưởng tượng
상상하다	Tưởng tượng, hình dung
상승률	Tỷ lệ tăng
상승하다	Đi lên, tăng lên
상식	Thường thức
상업	Thương nghiệp
상영하다	Trình chiếu (phim)
상용하다	Dùng thường xuyên
상인	Thương nhân
상자	Cái thùng, cái hộp
상점	Cửa hàng, cửa hiệu, nơi bán hàng
상징	Tượng trưng
상처	Vết thương
상체	Thượng thể, phần trên cơ thể
상추	Rau diếp
상쾌하다	Sảng khoái, dễ chịu
상태	Trạng thái, tình hình, tình trạng
상표	Thương hiệu, mác, nhãn hiệu
상품	Hàng hóa, thương phẩm
상품권	Phiếu quà tặng

	상하다	Hư hỏng, hư hại, xấu
	상황	Tình hình, tình huống
새	새기다	Khắc, khắc ghi
	새끼	Con vật mới sinh
	새다	Rò, rỉ
	새롭다	Mới lạ, mới mẻ
	새뱃돈	Tiền mừng tuổi
	새우다	Thức đêm
	새치기	Chen ngang, xen ngang
	새해	Năm mới
색	색깔	Màu sắc
	색상	Màu sắc
	색채	Màu sắc, sắc thái
	색다르다	Mới lạ, khác lạ, mới mẻ
	색안경을 끼다	Có định kiến
샐	샐러드	Món rau trộn, món salad
샘	샘물	Nước giếng, nước ngầm
생	생각나다	Nghĩ ra, chợt nghĩ ra
	생강차	Trà gừng
	생겨나다	Xuất hiện, nảy sinh
	생계	Kế sinh nhai
	생과일	Sinh tố
	생기	Sinh khí, sức sống
	생김새	Diện mạo, dung mạo
	생략	Giảm, lược giảm, tóm tắt
	생명	Sinh mạng, mạng sống
	생명력	Sức sống
	생물	Sinh vật, vật thể đang sống
	생산	Sản xuất

	생산량	Lượng sản xuất
	생산비	Chi phí sản xuất
	생산자	Người sản xuất
	생생하다	Tươi, sinh động, mới
	생수	Nước suối, nước tự nhiên
	생신	Sinh nhật, ngày sinh
	생애	Cuộc đời
	생전	Khi còn sống, sinh thời
	생존	Sinh tồn
	생존권	Quyền sống
	생중계하다	Truyền hình trực tiếp
	생체	Sinh vật thể hoặc thân thể còn sống
	생태	Sinh thái
	생태계	Hệ sinh thái
	생필품	Hàng tiêu dùng
	생활비	Chi phí sinh hoạt
	생활수준	Mức sống
	생활습관	Thói quen sinh hoạt
	생활양식	Lối sống
	생활터전	Nơi sống, chỗ sống
	생활하다	Sống, sinh hoạt
샤	샤워실	Phòng tắm
서	서가	Quầy sách, kệ sách, giá sách
	서너	Khoảng 3 hoặc 4
	서늘하다	Mát mẻ
	서당	Thư đường
	서두르다	Vội vàng, vụng về
	서랍	Ngăn kéo
	서론	Phần đầu, lời mở đầu
	서류	Tài liệu, hồ sơ, giấy tờ
	서먹서먹하다	Gượng gạo

	서면	Giấy tờ, công văn, văn bản
	서명하다	Ký tên
	서민	Thường dân, bình dân
	서부	Miền Tây
	서비스	Dịch vụ, phục vụ
	서비스센터	Trung tâm dịch vụ
	서빙하다	Phục vụ
	서서히	Từ từ, chầm chậm
	서술하다	Diễn tả
	서식	Cư trú, sống
	서식지	Nơi cư trú, nơi trú ngụ
	서양	Phương Tây, châu Âu
	서열	Cấp bậc, thứ hạng
	서운하다	Tiếc nuối, buồn
	서투르다	Lạ lẫm, không quen, vụng về
석	석사	Thạc sĩ
	석식	Bữa tối
	석유	Dầu lửa, dầu hỏa
	석조	Đồ đá
	석탄	Than đá
	석탑	Tháp bằng đá
섞	섞다	Trộn lẫn, hòa lẫn, lẫn với
	섞이다	Bị trộn lẫn, bị bao hàm
선	선글라스	Kính mát
	선급하다	Trả trước, chi trước
	선녀	Tiên nữ
	선명하다	Rõ nét
	선발하다	Tuyển chọn
	선배	Tiền bối
	선별하다	Sự phân loại

	선비	Học giả
	선생	Giáo viên
	선선하다	Mát mẻ, dễ chịu
	선수	Tuyển thủ
	선약	Hẹn trước
	선언	Lời tuyên bố
	선언하다	Tuyên bố
	선원	Thuyền viên
	선인	Tiên nhân
	선입견	Định kiến, thành kiến
	선잠	Giấc ngủ chập chờn
	선정하다	Chọn lọc, tuyển chọn
	선조	Tổ tiên
	선진국	Nước tiên tiến
	선착순	Theo thứ tự đến trước
	선천적이다	Có tính bẩm sinh, di truyền
	선크림	Kem chống nắng
	선택하다	Lựa chọn
	선풍기	Quạt máy
	선행하다	Đi trước, đi đầu
	선호하다	Thích, quý
섣	섣달	Tháng Mười hai âm lịch
	섣부르다	Vội vàng, thiếu chín chắn
	섣불리	Vội vàng, cẩu thả
설	설거지하다	Việc rửa bát đĩa
	설계	Thiết kế
	설득력	Sức thuyết phục
	설득하다	Thuyết phục
	설렁탕	Canh thịt bò Hàn Quốc
	설레다	Hồi hộp
	설립하다	Thiết lập, thành lập, xây dựng

	설마	Lẽ nào, không lẽ
	설명서	Tờ giải thích
	설명하다	Giải thích
	설문	Hỏi đáp, câu hỏi
	설문조사	Điều tra bằng phiếu thăm dò
	설문지	Tờ phiếu thăm dò
	설사	Bệnh tiêu chảy
	설정하다	Thiết lập, thành lập
	설치하다	Lắp đặt, cài đặt
	설탕	Đường ăn
섬	섬세하다	Tinh tế, khéo léo
	섬유	Sợi
섭	섭섭하다	Buồn, tiếc, tiếc nuối
	섭외하다	Liên lạc, tiếp xúc
	섭취하다	Tiếp nhận, thu nhận, lấy, hấp thụ
성	성격	Tính cách
	성공요인	Yếu tố thành công
	성과	Thành quả
	성능	Tính năng
	성당	Thánh đường
	성명	Họ tên
	성별	Giới tính, phân biệt giới tính
	성분	Thành phần
	성수기	Mùa cao điểm, mùa bán chạy
	성숙하다	Chín, trưởng thành
	성실하다	Thành thật, trung thực
	성을 내다	Nổi nóng
	성의	Thành ý, thành tâm, tấm lòng thành
	성인	Người lớn
	성인병	Bệnh người lớn

	성장률	Tỷ lệ tăng trưởng
	성장하다	Trưởng thành, lớn lên, sinh trưởng
	성적	Thành tích, kết quả
	성적표	Học bạ
	성적향상	Nâng cao thành tích
	성질	Tính cách, tính chất
	성차별적	Có tính chất phân biệt giới tính
	성취감	Cảm giác trưởng thành, cảm giác thành công
	성취하다	Lĩnh hội, tiếp thu
	성큼	Hăm hở, thích thú
	성패	Thành bại, thua thắng
	성평등	Bình đẳng giới
	성평등지수	Chỉ số bình đẳng nữ giới
	성향	Xu hướng, khuynh hướng
	성형수술	Phẫu thuật thẩm mỹ
	성형외과	Khoa ngoại chỉnh hình
세	세계선수권	Giải vô địch thế giới
	세계적	Có tính toàn cầu, có tính thế giới
	세균	Vi khuẩn
	세금	Thuế, tiền thuế
	세기	Thế kỷ
	세다	Đếm
	세대	Thế hệ
	세련하다	Điệu nghệ, sành điệu, sành sỏi
	세로토닌	Serotonin
	세면대	Bồn rửa mặt
	세미나	Hội thảo chuyên đề
	세뱃돈	Tiền mừng tuổi
	세부	Chi tiết
	세상	Thế gian
	세상만사	Mọi việc trên thế gian này

	세우다	Dựng nên, lập ra, làm ra, thiết lập
	세월	Ngày tháng, tháng năm, thời gian
	세일	Giảm giá
	세입자	Người thuê phòng, người thuê nhà
	세제	Chất tẩy rửa
	세차	Rửa xe
	세척	Rửa sạch
	세척하다	Rửa, súc
	세탁	Giặt áo quần
	세탁기	Máy giặt
	세탁물	Đồ cần giặt
	세탁소	Tiệm giặt ủi
	세포	Tế bào
	세포벽	Vỏ tế bào
센	센터	Trung tâm
	센트	Đồng cent
셈	셈이다	Coi như, như là
셔	셔츠	Áo sơ mi
	셔틀버스	Xe buýt đưa đón
소	소감	Cảm tưởng, cảm nhận
	소개서	Bản giới thiệu bản thân
	소개팅	Giới thiệu để hẹn hò
	소규모	Quy mô nhỏ
	소극장	Sân khấu nhỏ, rạp chiếu bóng nhỏ
	소극적	Tính tiêu cực
	소금	Muối
	소금물	Nước muối
	소나무	Cây thông
	소나타	Bản sonata

소년	Thiếu niên, trẻ em
소득	Thu nhập
소라	Con ốc xà cừ
소름	Gai ốc, da gà
소리	Tiếng động, âm thanh.
소리 소문도 없이	Lẳng lặng, bí mật
소망	Nguyện vọng, hy vọng
소매	Tay áo
소매치기	Kẻ móc túi
소매하다	Bán lẻ
소문	Tin đồn
소방관	Nhân viên cứu hỏa
소방서	Trung tâm phòng cháy chữa cháy
소방차	Xe cứu hỏa
소변	Tiểu tiện
소변보다	Đi tiểu tiện
소비량	Lượng tiêu thụ
소비자	Người tiêu dùng
소비증가	Tăng tiêu dùng
소비하다	Tiêu dùng, sử dụng
소설	Tiểu thuyết
소설책	Sách tiểu thuyết
소송	Tố tụng, kiện tụng
소수	Thiểu số, số ít
소스	Gia vị
소심하다	Cẩn thận, rụt rè
소외당하다	Bị xa lánh, bị ghét bỏ
소용	Tác dụng, hiệu quả, kết quả
소용없다	Không có tác dụng
소원	Nguyện vọng, mong muốn
소유자	Chủ sở hữu
소유하다	Sở hữu

	소음	Tiếng ồn
	소재	Nguyên liệu, vật liệu
	소재하다	Có mặt, hiện diện, thuộc về, xuất thân
	소주	Rượu
	소중하다	Quan trọng, quý giá
	소지하다	Cầm, mang theo
	소질	Tố chất
	소탕	Tiêu diệt, trừ khử
	소통하다	Thông suốt, thông hiểu
	소형	Loại nhỏ
	소홀히하다	Lơ là
	소화	Tiêu hóa
속	속다	Bị lừa
	속담	Tục ngữ
	속도	Tốc độ
	속도위반	Vi phạm tốc độ
	속력	Tốc lực, tốc độ
	속마음	Trong lòng, bụng dạ
	속박하다	Sự kiềm chế, hạn chế, trói buộc
	속삭이다	Thì thầm
	속상하다	Tổn thương, đau lòng, buồn phiền
	속설	Tục truyền, tương truyền
	속속	Lần lượt, liên tục, nối tiếp nhau, dồn dập
	속어	Lời nói tục
	속에 없는 말 [소리]	Nói không thực lòng
	속옷	Áo lót, đồ lót
	속을 달래다	Làm xoa dịu, xoa dịu bụng
	속을 태우다	Buồn, lo lắng
	속이다	Lừa dối
	속히	Nhanh chóng
손	손꼽다	Đếm trên đầu ngón tay

	손꼽아 기다리다	Chờ từng ngày
	손동작	Động tác bằng tay, cử động tay
	손바닥	Bàn tay, lòng bàn tay
	손발	Tay và chân, tứ chi
	손발이 맞다	Phối hợp tốt với nhau
	손뼉	Lòng bàn tay
	손사래를 치다	Từ chối, hất tay
	손상하다	Làm tổn thương, làm hư hỏng
	손세탁	Giặt tay
	손수건	Khăn mùi xoa
	손쉽다	Dễ, dễ xử lý, dễ làm
	손실하다	Tổn thất
	손자	Cháu trai
	손잡이	Cái tay cầm, cái tay nắm, cái quai
	손질하다	Chăm sóc, tỉa tót
	손짓	Ra hiệu bằng tay
	손해입다	Tổn hại, thiệt hại, tổn thất
솔	솔깃하다	Say sưa, hứng thú
	솔방울	Quả thông
	솔잎	Lá thông
	솔직하다	Thẳng thắn, trung thực
솜	솜씨	Sự khéo tay
솟	솟아오르다	Vút lên
ㅁ	송금하다	Gửi tiền
	송별식	Lễ tiễn biệt
	송별회	Tiệc chia tay
	송신하다	Sự truyền tin
	송아지	Con bê
	송진	Nhựa thông

쇠	쇠고기	Thịt bò
	쇠귀	Tai bò
	쇠약하다	Yếu đuối, suy nhược
쇼	쇼	Pha biểu diễn, buổi biểu diễn
	쇼핑센터	Trung tâm mua sắm
수	수강료	Học phí
	수강생	Học sinh nghe giảng
	수강신청	Xin vào học
	수강하다	Học, nghe giảng
	수거하다	Thu, gom, nhặt
	수고하다	Nỗ lực, cố gắng, trải qua nhiều vất vả
	수난	Đau đớn, đau thương
	수다떨다	Chuyện phiếm, tám chuyện
	수다쟁이	Người hay nói nhiều
	수단	Thủ đoạn, cách thức, phương pháp
	수도	Thủ đô
	수도관	Ống dẫn nước
	수도꼭지	Cái vòi nước
	수량	Lượng nước
	수력	Sức nước
	수렴하다	Thu lượm, thu nhặt
	수록	Gom lại và ghi chép
	수료식	Lễ nhận bằng, lễ tốt nghiệp
	수리비	Chi phí sửa chữa
	수리하다	Sửa chữa
	수많다	Nhiều, rất nhiều
	수면	Giấc ngủ
	수면	Mặt nước
	수면시간	Thời gian ngủ
	수면제	Thuốc ngủ
	수명	Tuổi thọ, thọ

수목	Cây xanh (còn sống)
수목원	Vườn cây
수분	Hơi ẩm, hơi nước
수산물	Thủy sản
수상	Sự nhận thưởng
수상자	Người nhận giải thưởng
수상하다	Nhận giải thưởng
수선하다	Sửa chữa, vá
수송하다	Vận chuyển, chở, tải
수수께끼	Câu đố
수수료	Phí môi giới, phí hoa hồng
수술	Mổ, phẫu thuật
수술비	Chi phí mổ
수신	Nhận thư, tiếp nhận thông tin
수신기	Máy thu tín hiệu bằng sóng điện
수요	Nhu cầu
수용되다	Tiếp nhận, chấp nhận
수월하다	Dễ dàng
수은	Thủy ngân
수익	Thu lợi
수익금	Tiền lời
수익창출하다	Tạo lợi nhuận
수입	Thu nhập
수입원	Nguồn thu nhập
수자원	Tài nguyên nước
수작업	Làm bằng tay
수정	Thủy tinh
수정하다	Sửa chữa
수주	Nhận đơn đặt hàng
수준	Mức, tiêu chuẩn, trình độ
수준이하	Dưới chuẩn
수줍어하다	Xấu hổ, ngượng

	수지	Thu chi
	수직적	Thẳng đứng, vuông góc
	수질	Chất lượng nước, thành phần nước
	수집하다	Thu gom, sưu tầm, sưu tập
	수축하다	Co lại, teo lại
	수출하다	Xuất khẩu
	수치	Xấu hổ
	수평	Sự nằm ngang
	수표	Ngân phiếu
	수필	Tuỳ bút
	수하물	Hành lý
	수학	1. Việc học, chuyện học ai, 2. Môn toán
숙	숙고하다	Nghiền ngẫm, suy nghĩ
	숙면하다	1. Quen mặt 2. Ngủ say
	숙박비	Tiền nhà trọ, tiền khách sạn
	숙박업소	Nơi cư trú, khách sạn
	숙박하다	Ở, cư trú, ở trọ
	숙소	Nơi ở, chỗ ở
	숙이다	Cúi, hạ mình
	숙지하다	Hiểu rõ, hiểu thấu đáo, thuộc, ghi nhớ
순	순간	Giây lát, phút chốc
	순경	Cảnh sát tuần tra
	순서	Trật tự, sự sắp xếp
	순서대로	Lần lượt, theo thứ tự
	순수하다	Nguyên chất, thuần khiết
	순식간에	Chỉ trong nháy mắt, chỉ trong giây lát
	순위	Vị trí, thứ tự, cấp bậc, ngôi thứ
	순응하다	Thích nghi
	순차	Lần lượt, luân phiên, thứ tự, tuần tự

	순환	Vòng tuần hoàn
술	술안주	Đồ nhắm, món nhắm
	술자리	Bàn rượu, nơi uống rượu
	술잔	Chén rượu
	술집	Quán rượu, quán nhậu
숨	숨	Hô hấp, thở
	숨구멍	Khí quản
	숨기다	Giấu, cất, che giấu
	숨다	Giấu, cất giấu, trốn mình, ngầm
	숨소리	Tiếng thở
	숨지다	Tắt thở, chết
숫	숫자	Con số, chữ số
숭	숭배하다	Sùng bái
숲	숲	Rừng, bụi cây, bụi rậm
쉬	쉬하다	Đi tiểu, đi vệ sinh
슈	퍼	Siêu, siêu phàm
스	스님	Thầy tu, nhà sư
	스마트폰	Điện thoại thông minh
	스마트하다	Bảnh bao, sáng sủa
	스며들다	Thấm vào, ngấm vào trong
	스스로	Tự mình, tự giác
	스승	Giáo viên
	스웨덴	Thụy Điển
	스치다	Sượt qua, chạm sơ qua
	스캐너	Scanner, máy quét
	스케이트타다	Trượt băng
	스키	Trượt tuyết

	스키복	Quần áo trượt tuyết
	스타일	Kiểu, mẫu, phong cách, kiểu dáng
	스토리	Câu chuyện
	스트레스	Áp lực, stress
	스트레칭	Kéo cơ, căng cơ
	스티커	Tem, nhãn
	스팀	Hơi nước
	스펀지	Miếng xốp, bọt biển
	스페인	Tây Ban Nha
	스포츠	Thể thao
	스피커	Cái loa
슬	슬리퍼	Dép lê
	슬프다	Buồn, rầu
습	습격하다	Tập kích, tấn công
	습관	Thói quen
	습기	Hơi nước, hơi ẩm
	습도	Độ ẩm
	습득하다	Nhặt được, lĩnh hội
	습성	Tập tính, thói quen
	습지	Nơi ẩm ướt
	습하다	Ẩm ướt
승	승강기	Thang máy
	승객	Hành khách
	승낙하다	Đồng ý, chấp nhận
	승리하다	Thắng lợi
	승용차	Xe chở người
	승자	Người chiến thắng
	승진하다	Thăng tiến
시	시각	Thị giác, ánh mắt, con mắt

시간대	Khoảng thời gian
시간표	Thời khóa biểu
시골	Nông thôn, miền quê
시급하다	Cấp bách
시기	Thời kỳ, kỳ, lúc
시끄럽다	Ầm ĩ, ồn ào
시나리오	Kịch bản
시달리다	Khổ sở, vất vả, cực nhọc
시대	Thời đại, thế hệ
시대별	Từng thời kỳ, từng thế hệ
시도하다	Thử nghiệm
시동을 걸다	Khởi động xe
시들시들	Héo, yếu xìu
시디	CD
시력	Thị lực
시련	Thử thách, thách thức
시리다	Lạnh, buốt
시멘트	Xi măng
시무룩하다	Thẫn thờ, buồn rầu
시민	Thị dân, người dân thành phố
시부모님	Bố mẹ chồng
시사	Thời sự
시상식	Lễ trao thưởng
시선	Con mắt, ánh mắt
시선을 끌다	Gây sự quan tâm của ai
시설	Trang thiết bị
시설물	Trang thiết bị, trang bị, cơ sở vật chất
시스템	Hệ thống
시시하다	Không thú vị, nhạt nhẽo
시아버지	Bố chồng
시어머니	Mẹ chồng
시외버스	Xe buýt chạy ở ngoại thành

	시운	Thời vận
	시원하다	Trong lành, mát mẻ
	시인	Nhà thơ, thi nhân
	시절	Mùa vụ, thời kỳ
	시점	Thời điểm
	시집	Nhà bố mẹ chồng
	시집가다	Đi lấy chồng
	시청	Tòa thị chính
	시청각실	Phòng nghe nhìn
	시청률	Tỷ lệ xem truyền hình
	시청자	Người xem truyền hình
	시치미	Giả vờ, giả bộ
	시키다	Sai khiến, buộc, bắt
	시합하다	Thi đấu
	시행착오	Phương pháp thử-và-sai
	시행하다	Thi hành, thực hiện
	시험	Thi, thi cử
	시험공부	Học thi
	시험장	Trường thi, nơi thi cử
식	식견	Sự hiểu biết
	식구	Thành viên trong gia đình
	식단	Thực đơn
	식단표	Bảng thực đơn
	식량	Lương thực, thức ăn
	식료	Thức ăn, đồ ăn
	식물	Thực vật
	식물성	Có tính thực vật
	식물원	Vườn thực vật
	식별하다	Phân biệt
	식비	Phí ăn uống
	식사량	Khối lượng ăn

	식사비	Phí ăn uống
	식사하다	Ăn, dùng bữa
	식상	Sự ngộ độc thức ăn
	식생활	Thói quen ăn uống
	식성	Khẩu vị
	식수	Nước uống
	식습관	Thói quen ăn uống
	식욕	Sự thèm ăn
	식용유	Dầu ăn
	식이요법하다	Ăn kiêng
	식중독	Ngộ độc thực phẩm
	식초	Giấm
	식품	Thực phẩm, thức ăn
	식후	Sau khi ăn
	식히다	Làm cho nguội
신	신경	Thần kinh
	신고서	Tờ khai
	신고하다	Khai báo
	신규가입	Mới gia nhập
	신기록	Kỷ lục mới
	신기술	Kỹ thuật mới
	신기하다	Kỳ lạ, thần kỳ
	신나다	Hứng thú, phấn khởi
	신도시	Thành phố mới, khu đô thị mới
	신랑	Chú rể, tân lang
	신랑감	Chú rể tương lai
	신뢰	Tin tưởng, tín nhiệm
	신문	Báo chí
	신문사	Tòa soạn báo
	신문지	Tờ báo
	신부	Vị hôn thê

신분증	Giấy chứng minh nhân dân
신비	Thần bí
신사	Quý ông
신상품	Sản phẩm mới
신선도	Độ tươi sống
신선하다	Tươi
신세대	Thế hệ mới
신속하다	Mau chóng
신용	Tín dụng
신용등급	Xếp hạng tín dụng
신용불량자	Người có chỉ số tín dụng kém
신용카드	Thẻ tín dụng
신입	Mới gia nhập
신입사원	Nhân viên mới vào
신입생	Học sinh mới
신재생	Tái tạo
신제품	Sản phẩm mới
신종	Chủng loại mới, kiểu mới
신중하다	Chu đáo, thận trọng
신진대사	Trao đổi chất
신청서	Đơn xin
신청자	Người đăng ký
신청하다	Xin, yêu cầu, đăng ký
신체	Thân thể, cơ thể
신체변화	Sự thay đổi của cơ thể
신체부위	Bộ phận cơ thể
신축하다	Xây mới
신형	Kiểu mới, loại mới
신호	Dấu hiệu, tín hiệu
신혼	Tân hôn
신혼부부	Vợ chồng tân hônmới cưới
신혼여행	Du lịch trăng mật

	신화	Thần thoại
싣	싣다	1. Chở, vận chuyển đi, 2. Đăng
실	실감	Cảm giác thật
	실내	Trong nhà
	실력	Thực lực
	실리다	Được đăng tải, được công bố
	실리콘	Chất silicon
	실망하다	Thất vọng
	실물	Vật thật, người thật
	실비	Chi phí thực tế
	실속	Thực chất, bản chất, đại ý, nội dung
	실수하다	Sai lầm
	실시하다	Thực thi, tiến hành
	실신하다	Bất tỉnh, ngất
	실업	Thất nghiệp
	실업률	Tỷ lệ thất nghiệp
	실용적이다	Có tính thực dụng
	실적	Kết quả thực tế, thành tích, kết quả
	실정	Tình hình thực tế
	실제로	Trong thực tế
	실조	Mất sự điều hòa, mất sự cân bằng
	실종	Mất, thiếu
	실종자	Người mất tích
	실종하다	Mất tích
	실질적이다	Có tính thực tế
	실천하다	Thực hiện, đưa vào thực tiễn
	실컷	Thỏa mãn, hết mức
	실크	Lụa, tơ
	실패하다	Thất bại
	실험	Thử nghiệm, thí nghiệm

	실험실	Phòng thí nghiệm
	실현하다	Thực hiện
싫	싫어하다	Ghét
	싫증나다	Chán
심	심각하다	Nghiêm trọng
	심경	Tâm trạng, cảm xúc, tinh thần
	심다	Trồng cây
	심리	Tâm lý
	심리적	Có tính tâm lý
	심리학	Tâm lý học
	심리학자	Nhà tâm lý học
	심보	Tính tình, tâm tính
	심부름	Việc lặt vặt
	심사하다	Thẩm tra
	심술	Sự gàn dở, bướng
	심심하다	Chán, nhàm chán
	심야	Đêm khuya
	심오하다	Sâu sắc
	심장	Trái tim
	심장병	Bệnh tim
	심지어	Thậm chí
	심판	Phán xử, phán quyết
	심하다	Nặng nề, nghiêm trọng
	싱겁다	Nhạt, nhạt nhẽo
	싱글벙글	Tươi cười
	싱싱하다	Tươi tắn
	싱크대	Cái chậu rửa, cái bồn rửa
싸	싸구려	Thứ rẻ tiền hoặc chất lượng kém
	싸늘하다	Lạnh lẽo, lạnh ngắt
	싸우다	Cãi nhau, đánh nhau

싹	싹	Mầm sống
	싹싹하다	Nhã nhặn, ân cần, niềm nở
싼	싼값	Giá rẻ
쌀	쌀뜨물	Nước vo gạo
	쌀통	Thùng gạo
	쌀쌀하다	Lành lạnh
쌍	쌍둥이	Anh/chị em sinh đôi
	쌍방	Song phương, hai bên
쌓	쌓다	Xếp, chồng, chất lên nhau
썰	썰매	Xe trượt tuyết
쏘	쏘다	Đốt, bắn
	쏘다니다	Chạy rong, chạy long nhong
쏟	쏟다	Đổ ra, tràn ra
	쏟아지다	Tràn, trút, đổ
쏠	쏠리다	Bị nghiêng, bị đổ dồn (về một phía)
쑥	쑥스럽다	Ngượng ngùng
쓰	쓰러지다	Đổ xuống, gục ngã
	쓰레기	Rác
	쓰레기통	Thùng rác
	쓰리다	Đau nhói, đau nhức
쓸	쓸다	Quét
	쓸데없이	Không hiệu quả, không có ích
	쓸쓸하다	Lạnh lẽo

씌	씌우다	Đội lên, đậy lên, che đậy
씨	씨름	Môn đấu vật
씩	씩씩하다	Mạnh mẽ, cứng cỏi
씻	씻다	Rửa
아	아깝다	Tiếc nuối, cảm thấy tiếc
	아끼다	Tiết kiệm
	아나운서	Phát thanh viên
	아늑하다	Ấm áp, tiện nghi, dễ chịu
	아동	Nhi đồng, trẻ em
	아랫사람	Cấp dưới
	아랫집	Nhà dưới
	아르바이트	Làm thêm
	아마존	Amazon
	아무래도	Dẫu sao, dù sao thì
	아무런	Bất cứ
	아무리	Cho dù, dù là
	아무튼	Dù sao thì, dù sao đi nữa
	아쉽다	Tiếc nuối
	아열대	Cận nhiệt đới
	아예	Hoàn toàn
	아이디	ID
	아이디어	Ý tưởng
	아이스	Băng đá
	아이스크림	Kem, cà rem.
	아인슈타인	Albert Einstein (Nhà vật lý học)
	아침밥	Cơm sáng
	아침저녁	Sáng chiều
	아파트	Chung cư
	아프리카	Châu Phi

	아픔	Nỗi đau
악	악귀	Ác quỷ
	악마	Ác ma
	악몽	Ác mộng
	악수하다	Bắt tay
	악영향	Ảnh hưởng xấu
	악용하다	Sử dụng vào mục đích xấu
	악운	Vận đen, vận xui
	악의적이다	Có tính ác ý
	악화되다	Trở nên trầm trọng
안	안개	Sương mù
	안과	Nhãn khoa, bệnh viện mắt
	안구	Nhãn cầu
	안기다	Được ôm
	안내데스크	Bàn hướng dẫn
	안내문	Tờ hướng dẫn, sự chỉ dẫn
	안내서	Sách hướng dẫn
	안내소	Nơi hướng dẫn
	안도하다	Bình an, thanh thản, yên tâm
	안부	Lời hỏi thăm
	안색	Nét mặt
	안심하다	Yên tâm, an tâm, yên lòng
	안쓰럽다	Day dứt, xót xa
	안약	Thuốc nhỏ mắt
	안전띠	Đai an toàn
	안전선	Vạch an toàn
	안전하다	An toàn
	안정	Sự yên tĩnh, sự ổn định
	안정	Tính ổn định
	안정제	Thuốc an thần
	안정하다	Ổn định

	안주인	Bà chủ nhà
	안주하다	Sống yên ổn ở một nơi
	안쪽	Bên trong, trong giới hạn nào đó
	안타깝다	Tiếc nuối
알	알다가도 모를 일이다	Tưởng biết nhưng thực ra chẳng biết gì
	알뜰하다	Tiết kiệm, tận tụy
	알레르기	Dị ứng, chứng nổi dị ứng
	알려지다	Được biết đến, nổi tiếng
	알로에	Cây nha đam
	알록달록	Sặc sỡ, lốm đốm
	알맞다	Phù hợp, vừa vặn, vừa phải
	알아듣다	Nghe ra, hiểu ra ai nói gì, nhận biết
	알아맞히다	Đoán đúng, làm đúng
	알아보다	Điều tra, tìm hiểu, xác nhận
	알아주다	Hiểu cho, biết cho, thông cảm cho
	알약	Thuốc viên
	알코올	Cồn
암	암	Bệnh ung thư
	암울하다	Tối tăm, mù mịt
	암초	Đá ngầm
	암컷	Giống cái
	암탉	Gà mái
	암호화하다	Mật mã hóa
압	압력	Sức nén, áp lực
	압류 당하다	Tịch thu, bị tịch thu
	압축하다	Nén, rút ngắn, nén dữ liệu
앗	앗아가다	Cướp đi, giật lấy
앞	앞날	Sau này, tương lai
	앞뒤	Trước sau

	앞뒤를 재다	Tính toán trước sau
	앞머리	Tóc mái
	앞서다	Trước tiên, trước hết, đứng trước
	앞세우다	Đặt lên đầu, lấy cái gì làm trọng
	앞지르다	Chạy vượt qua, qua mặt, vượt lên trên
애	애를먹다	Vất vả
	애를쓰다	Cố gắng
	애매하다	Mập mờ, lập lờ
	애쓰다	Dồn sức, cố gắng, gắng sức
	애완견	Chó cảnh, cún cưng
	애완동물	Thú cưng
	애용하다	Thích sử dụng
	애인	Người yêu
	애정	Tình cảm
	애통하다	Đau khổ, đau đớn
	애프터서비스	Dịch vụ hậu mãi
	애호가	Người hâm mộ
액	액수	Số tiền
	액자	Khung hình, khung ảnh
	액정	Tinh thể lỏng
앨	앨범	Tập ảnh, quyển album, đĩa nhạc
앵	앵커	Biên tập viên thời sự, người dẫn chương trình thời sự
야	야간	Ban đêm
	야경	Cảnh ban đêm, canh gác đêm
	야구	Bóng chày
	야구장	Sân bóng chày
	야근하다	Làm đêm, làm ca đêm
	야단	Ồn ào, xôn xao
	야단맞다	Bị la mắng

	야단치다	La mắng ai đó
	야생	Hoang dại, rừng núi
	야외	Ngoài trời
	야유회	Buổi dã ngoại
	야채	Rau xanh
	야행성	Có tính hoạt động về đêm
	야회	Dạ hội, tiệc đêm
약	약간	Một chút, một ít
	약물	Thuốc nước
	약자	Kẻ yếu, người yếu thế
	약하다	Yếu, không giỏi về gì đó
	약혼자	Hôn thê
	약혼하다	Đính hôn
	약화하다	Suy giảm, yếu đi, kém đi
얄	얄밉다	Xấu xa, đáng ghét
얌	얌전하다	Nhã nhặn, lịch sự, điềm đạm
양	양	Con cừu
	양계장	Trại nuôi gà
	양극	Hai cực, cực dương
	양극화	Lưỡng cực hóa
	양념	Gia vị
	양념간장	Nước tương để làm gia vị
	양로원	Viện dưỡng lão
	양말	Tất, vớ
	양반	Quý tộc
	양보하다	Nhượng bộ, nhường cho ai
	양분	Thành phần dinh dưỡng
	양성하다	Đào tạo
	양식	Lương thực

	양육하다	Dưỡng dục
	양쪽	Hai bên, hai phía
	양치질하다	Đánh răng
	양해하다	Hiểu, thông cảm
어	어긋나다	Chệch, trật, trái ngược
	어김없이	Không lỡ (hẹn), không sai, chắc chắn
	어느새	Một lúc nào đó, từ lúc nào
	어둡다	Tối tăm
	어떠하다	Thế nào, ra sao
	어린아이	Đứa bé, em bé
	어린이날	Ngày lễ của thiếu nhi
	어림없다	Vô lý, không đoán được
	어이없다	Vô lý
	어망	Lưới bắt cá
	어민	Ngư dân
	어시장	Chợ cá
	어버이날	Ngày của cha mẹ
	어법	Văn phạm, ngữ pháp
	어색하다	Ngại ngùng, mất tự nhiên
	어울리다	Xứng đáng, thích hợp
	어제	Hôm qua
	어조	Ngữ điệu
	어지간하다	Khá, tương đối
	어지럼증	Triệu chứng chóng mặt
	어질어질하다	Choáng váng, loạng choạng
	어쨌든	Dù thế nào đi nữa, dù sao đi nữa
	어쩌다가	Tình cờ, ngẫu nhiên, thế rồi
	어쩌면	Biết đâu, có khi nào
	어쩐지	Thảo nào
	어차피	Dù sao, dù gì, kiểu gì
	어학공부	Việc học ngôn ngữ

	어학당	Trung tâm ngoại ngữ
	어학연수	Tu nghiệp ngôn ngữ, học tiếng nước ngoài
	어휘	Từ vựng
억	억압	Áp bức, đè nén
	억양	Âm điệu, ngữ điệu
	억울하다	Oan ức, oan uổng
	억제하다	Ức chế, kìm hãm, kìm nén
	억지로	Một cách ép buộc, cưỡng ép
언	언급하다	Đề cập đến
	언덕	Ngọn đồi
	언론	Ngôn luận
	언론인	Nhà báo, phóng viên
	언어	Ngôn ngữ, tiếng nói
	언제	Khi nào
	언젠가	Khi nào đó, lúc nào đó
	언짢다	Bực mình, khó chịu
얹	얹다	Chất lên, đặt lên, đặt cái gì lên cái gì
얻	얻다	Nhận được, đạt được
	얻어먹다	Ăn nhờ, ăn xin
얼	얼룩	Vết bẩn, đốm
	얼마만큼	Mức độ nào đó
	얼음	Đá
	얼음판	Sân băng
얽	얽히다	Bị ràng buộc
엄	엄중하다	Nghiêm túc, nghiêm khắc
	엄하게	Nghiêm khắc
	엄청나다	Ghê gớm, khủng khiếp

업	업계	Giới, ngành nghề
	업무	Nghiệp vụ, công việc
	업종	Ngành nghề
	업종별	Từng ngành nghề
	업체	Doanh nghiệp, công ty
없	없애다	Loại bỏ, xóa bỏ, trừ khử
엇	엇갈리다	Bất đồng, chéo nhau
엉	엉덩이	Mông
	엉뚱하다	Lộn xộn, quá đáng, lạ lẫm
	엉망이다	Lôi thôi, bừa bãi
	엉터리	Chẳng ra gì, vô dụng
엊	엊그제	Mấy hôm trước
엎	엎드리다	Nằm sấp
	엎친데덮치다	Họa vô đơn chí
에	에관하다	Liên quan đến
	에밀리다	Bị đẩy lùi
	에너지	Năng lượng
	에디슨	Thomas Edison (Nhà phát minh người Mỹ)
	에어컨	Máy điều hòa nhiệt độ
	에이즈	Bệnh AIDS
엔	엔진	Máy, động cơ
엘	엘리베이터	Thang máy
엠	엠티	Du lịch nhóm
여	여가	Thời gian rảnh rỗi
	여간	Ít, chút ít.

	여관	Nhà trọ, nhà nghỉ
	여기다	Cho là, nghĩa là, công nhận là, coi là
	여드름	Mụn
	여럿	Nhiều người
	여름날	Ngày hè
	여름철	Mùa hè
	여리다	Mềm, không dai
	여백	Khoảng trống, chỗ trống
	여부	Có hay không
	여사	Nữ sĩ, quý bà
	여성	Giới nữ
	여인	Phụ nữ
	여주인공	Nhân vật nữ chính
	여학교	Trường nữ
	여학생	Nữ sinh
	여전히	Vẫn như trước
	여위다	Gầy guộc, xanh xao
	여유	Dư thừa, dư giả
	여유롭다	Có tính dư giả
	여쭈다	Trình bày, chào hỏi, hỏi
	여행비	Phí du lịch
	여행자	Khách du lịch
	여행지	Địa điểm du lịch
역	역량	Năng lực, lực lượng
	역사	Lịch sử
	역사적	Có tính lịch sử
	역설하다	Nhấn mạnh
	역시	Đúng là, chính là
	역하다	Ngược lại, đối nghịch
	역효과	Hiệu quả ngược lại
	역할	Vai trò, nhiệm vụ

연	연싸움	Chọi diều
	연날리기	Thả diều
	연결하다	Liên kết
	연구	Sự nghiên cứu
	연구소	Trung tâm nghiên cứu
	연구실	Phòng nghiên cứu
	연구용	Dùng cho nghiên cứu
	연구자	Người nghiên cứu
	연구팀	Nhóm nghiên cứu
	연극	Sự diễn kịch, sự đóng kịch
	연기하다	Dời lại, diễn xuất
	연단	Diễn đàn, bục diễn thuyết
	연금	Tiền lương hưu
	연대	Niên đại
	연도	Năm, niên khóa
	연도별	Từng niên độ
	연락처	Địa chỉ liên lạc
	연락하다	Liên lạc
	연령	Tuổi tác
	연령별	Từng độ tuổi
	연료	Nhiên liệu
	연말	Cuối năm
	연초	Đầu năm
	연말연시	Năm hết tết đến
	연못	Ao sen, ao
	연상하다	Liên tưởng
	연설하다	Diễn thuyết, trình bày
	연성	Tính dẻo, tính mềm
	연소	Sự cháy, sự bốc cháy
	연소하다	Cháy
	연속	Sự liên tục
	연속극	Phim nhiều tập

	연수하다	Tu nghiệp
	연습	Sự luyện tập
	연애결혼	Kết hôn do yêu đương
	연애하다	Yêu, yêu đương
	연약하다	Yếu
	연예	Văn nghệ
	연예인	Nghệ sĩ
	연인	Người yêu, người tình
	연장하다	Gia hạn, tiếp diễn
	연주하다	Biểu diễn (nhạc cụ)
	연체료	Tiền phạt quá hạn, tiền quá hạn
	연체하다	Quá hạn, khất nợ
	연출하다	Chỉ đạo sản xuất, đạo diễn
	연평균	Trung bình năm
	연하다	Mềm, dễ chịu
	연합하다	Liên hợp, liên kết
열	열기	Hơi nóng
	열대	Nhiệt đới
	열대성	Tính chất nhiệt đới
	열대야	Đêm nhiệt đới
	열대우림	Rừng nhiệt đới
	열람실	Phòng đọc sách
	열량	Calo, nhiệt lượng
	열망	Khát vọng, sự khao khát
	열매	Trái, quả
	열쇠	Chìa khóa
	열을가하다	Tăng thêm nhiệt
	열정	Sự nhiệt tình, lòng nhiệt huyết
	열중하다	Chìm vào, say mê
	열차	Tàu hỏa, xe lửa
	열탕	Nước sôi

	열풍	Cơn sốt, trào lưu
	열혈	Nhiệt huyết
	열흘	Mười ngày
염	염두하다	Suy nghĩ trong đầu
	염려하다	Lo lắng, lo nghĩ
	염분	Thành phần muối
	염색	Nhuộm
	염색약	Thuốc nhuộm
	염원하다	Ước vọng, sự khao khát
	염증	Chứng viêm
□	엿보다	Nhìn trộm, theo dõi
□	영감	Linh cảm
	영상	Hình ảnh, màn hình
	영수	Nhận, lĩnh hội
	영수증	Hóa đơn
	영양	Dinh dưỡng
	영양가	Giá trị dinh dưỡng
	영양분	Thành phần dinh dưỡng
	영양소	Chất dinh dưỡng
	영양제	Thuốc dinh dưỡng
	영업부	Bộ phận kinh doanh
	영업하다	Kinh doanh
	영역	Lĩnh vực
	영웅	Anh hùng
	영원히	Một cách mãi mãi, vĩnh hằng
	영입하다	Tuyển chọn, tuyển mộ
	영주권	Quyền cư trú vĩnh viễn
	영주하다	Định cư
	영향력	Sức ảnh hưởng

	영혼	Linh hồn
	영화감독	Đạo diễn phim
	영화산업	Công nghiệp điện ảnh
	영화제	Liên hoan phim
	영화제작사	Công ty làm phim
예	예금	Tiền gửi, tiền tiết kiệm
	예년	Mọi năm
	예리하다	Sắc, bén, nhọn
	예매하다	Đặt mua trước
	예물	Lễ vật, sính lễ đám cưới
	예배하다	Lễ, làm lễ
	예식장	Nơi làm lễ
	예의	Lễ nghĩa, phép lịch sự
	예절	Lễ tiết, lễ nghi phép tắc
	예민하다	Nhạy cảm, nhạy bén
	예방하다	Dự phòng
	예보하다	Dự báo
	예산	Ngân sách, kinh phí
	예상하다	Dự tính
	예술	Nghệ thuật
	예술가	Nghệ sĩ
	예술성	Tính nghệ thuật
	예습하다	Luyện tập trước
	예시	Ví dụ
	예컨대	Ví dụ như
	예약하다	Đặt trước
	예외없다	Không có ngoại lệ
	예의가 없다	Bất lịch sự
	예전	Ngày xưa
	예전처럼	Như trước đây
	예정	Dự định, dự kiến, dự tính

	예측하다	Dự đoán
옛	옛날	Ngày xưa, cũ
	옛날이야기	Chuyện cổ tích
	옛말	Từ cổ, lời người xưa
오	오가다	Đi và đến, đi đi lại lại
	오거리	Ngã năm
	오곡밥	Cơm ngũ cốc
	오기	Tính hiếu thắng, tính xấc xược
	오누이	Anh trai và em gái
	오늘날	Ngày nay, thời nay
	오락	Trò chơi, trò giải trí
	오래되다	Lâu, cũ, xưa, cổ
	오래오래	Mãi mãi
	오류	Lỗi, chỗ sai, lỗi lầm
	오르내리다	Lên xuống
	오리발 내다	Chối tội, chối cãi
	오리엔테이션	Sự định hướng
	오염	Ô nhiễm
	오염물	Nước ô nhiễm
	오존층	Tầng ozone
	오줌	Sự đi tiểu, nước tiểu
	오토바이	Xe máy
	오페라	Opera
	오프라인	Ngoại tuyến
	오피스텔	Tòa nhà văn phòng kiêm khách sạn
	오해하다	Hiểu lầm
	오히려	Trái lại, ngược lại
온	온갖	Mọi thứ, tất cả
	온난화	Hiện tượng ấm lên của trái đất

	온대	Ôn đới
	온도	Nhiệt độ
	온돌	Hệ thống sưởi ấm sàn nhà
	온돌방	Phòng có nền sưởi
	온라인	Trực tuyến, online
	온몸	Cả người, khắp người
	온수	Nước nóng
	온실	Nhà kính, phòng sưởi
	온실가스	Khí gas nhà kính
	온천	Suối nước nóng
	온통	Tất cả, suốt, toàn bộ
올	올라가다	Đi lên, trèo lên
	올리다	Nâng cao, tăng lên
	올림픽	Thế vận hội Olympic
	올바르다	Đúng đắn, đúng mực
옮	옮기다	Chuyển dời
	옳다	Đúng, chính xác
옷	옷감	Vải
	옷깃	Cổ áo
	옷차림	Cách ăn mặc
와	와인	Rượu vang
	와인	Rượu nho
완	완료하다	Hoàn thành, xong
	완전하다	Hoàn hảo, hoàn thiện
	완화하다	Làm giảm bớt, làm dịu nhẹ
왕	왕	Vua
	왕비	Vương phi
	왕관	Vương miện

	왕따당하다	Bị cô lập
	왕복	Đi về, khứ hồi
왜	왜곡하다	Bóp méo, làm cho sai đi
외	외가	Bên ngoại
	외계인	Người ngoài hành tinh
	외과	Khoa ngoại
	외곽	Ngoại thành
	외교관	Nhà ngoại giao
	외래어	Từ ngoại lai
	외모	Ngoại hình, diện mạo bên ngoài
	외부	Bên ngoài
	외식	Ăn ở bên ngoài
	외식비	Chi phí ăn ngoài
	외식하다	Ăn cơm ngoài
	외출하다	Đi ra ngoài
	외향적	Tính hướng ngoại
	외동딸	Con gái một
	외동아들	Con trai một
	외아들	Con trai một
	외롭다	Đơn độc, cô đơn
	외면당하다	Bị tránh mặt, bị làm ngơ
	외우다	Học thuộc lòng
	외치다	La hét, thét lớn, la lớn
요	요가	Yoga
	요구	Yêu cầu
	요구르트	Sữa chua
	요금	Tiền, chi phí
	요금소	Trạm thu phí
	요동하다	Rung chuyển, dao động
	요리	Nấu ăn

	요리법	Cách nấu ăn
	요리사	Đầu bếp
	요리솜씨	Kỹ thuật nấu ăn, khéo nấu ăn
	요법	Phương pháp điều trị
	요새	Gần đây
	요소	Yếu tố
	요술	Ảo thuật
	요약하다	Tóm tắt
	요원	Nhân viên nòng cốt
	요령	Trọng tâm, ý chính
	요점	Điểm chính, điểm quan trọng
	요즘	Gần đây
	요청하다	Yêu cầu
	요행	Vận may
욕	욕구	Sự khao khát, nhu cầu
	욕망	Mong muốn, thèm khát
	욕실	Nhà tắm, phòng tắm
	욕심	Lòng tham
	욕심쟁이	Người tham lam
	욕하다	Chửi rủa, chửi bới
용	용	Con rồng
	용궁	Long cung
	용기	Dũng khí
	용돈	Tiền tiêu vặt
	용량	Dung lượng
	용법	Cách dùng, cách sử dụng
	용서하다	Tha thứ
	용어	Từ ngữ chuyên môn, thuật ngữ
	용지	Giấy
	용품	Đồ dùng, vật dụng

우	우기	Mùa mưa
	우대	Ưu đãi
	우선순위	Thứ tự ưu tiên
	우선적이다	Có tính ưu tiên
	우수성	Tính ưu tú
	우월하다	Ưu việt, xuất sắc, vượt trội
	우위	Ưu thế
	우려하다	Lo nghĩ
	우리	Cái chuồng
	우물	Giếng nước
	우습다	Buồn cười, khôi hài
	우승하다	Chiến thắng
	우아하다	Nhã nhặn, thanh lịch
	우연	Sự tình cờ, ngẫu nhiên
	우연히	Một cách tình cờ, ngẫu nhiên
	우열	Cao thấp, sang hèn
	우울증	Chứng trầm cảm
	우울하다	Buồn rầu, trầm cảm
	우정	Tình bạn
	우주	Vũ trụ
	우편물	Bưu phẩm
	우편함	Hòm thư
	우표	Tem
운	운동	Vận động, thể thao
	운동에너지	Năng lượng vận động
	운명	Vận mệnh, số mệnh
	운석	Thiên thạch
	운송	Vận tải, vận chuyển
	운수	Chuyên chở, chở hàng
	운영하다	Điều hành, vận hành
	운행하다	Vận hành, chuyển động

	운전기사	Tài xế
	운전대	Tay lái
	운전면허	Giấy phép lái xe
	운전자	Người lái xe
	운전하다	Lái xe
울	울긋불긋	Đầy màu sắc, nhiều màu
	울먹이다	Mếu máo, nghẹn ngào
	울보	Đứa bé hay khóc, người hay khóc
	울타리	Hàng rào
움	움직이다	Động đậy, nhúc nhích
	움츠리다	Rùng mình, co lại
웃	웃돌다	Trội, vượt quá
	웃어른	Người lớn, bề trên
	웃음	Nụ cười, tiếng cười
	웃음거리	Trò cười
웅	웅덩이	Vũng nước
워	워낙	Vốn dĩ
원	원고	Nguyên đơn, bản thảo
	원고료	Nhuận bút
	원단	Tết Nguyên Đán
	원동력	Động lực
	원두	Hạt cà phê, cà phê nguyên chất
	원래	Vốn là, vốn có, vốn dĩ
	원료	Nguyên liệu
	원리	Nguyên lý
	원만하다	Tốt đẹp, trôi chảy
	원망하다	Oán giận, oán trách
	원본	Bản gốc

	원서	Đơn đăng ký
	원수	Nguyên thủ quốc gia
	원자력	Năng lượng nguyên tử
	원작	Nguyên tác
	원장	Viện trưởng
	원정	Cuộc viễn chinh
	원천	Nguồn gốc
	원칙	Nguyên tắc
	원하다	Mong muốn, ước muốn
	원형	Hình dáng ban đầu,hình tròn
	원숭이	Con khỉ
	원활하다	Trôi chảy, thuận tiện
월	월드컵	World Cup
	월말	Cuối tháng
	월세	Tiền thuê nhà hằng tháng
웨	웨딩드레스	Áo cưới
웬	웬	Gì, nào, cái gì
웹	웹	Trang Web
	웹툰	Webtoon
위	위급하다	Nguy cấp, cấp bách
	위기	Nguy cơ
	위기의식	Nhận thức nguy cơ
	위대하다	Vĩ đại
	위독하다	Hấp hối
	위로하다	An ủi
	위반하다	Vi phạm
	위장	Dạ dày và ruột
	위염	Bệnh viêm dạ dày
	위원회	Ủy ban, hội đồng

	위조하다	Làm giả, giả mạo
	위주하다	Làm chính, chính
	위치	Vị trí, cương vị
	위탁하다	Ủy thác
	위하다	Vì, để
	위해	Nguy hại
	위협	Uy hiếp, cảnh cáo
윗	윗사람	Người bề trên, cấp trên
유	유공자	Người có công
	유괴하다	Bắt cóc
	유기	Hữu cơ
	유난하다	Đặc biệt, khác thường
	유난히	Một cách đặc biệt
	유니폼	Đồng phục
	유대감	Tình cảm thân thiết
	유도하다	Dẫn dắt, dẫn điện
	유독	Độc hại, độc nhất
	유동적	Có tính linh động
	유람선	Thuyền du lịch
	유래되다	Có nguồn gốc từ
	유럽	Châu Âu
	유려하다	Trôi chảy
	유력	Có thế lực, có quyền lực
	유령	Linh hồn, hồn ma
	유료	Phải trả tiền, mất phí
	유리	Có lợi
	유리창	Cửa sổ kính
	유머	Hài hước
	유명하다	Nổi tiếng, nổi danh
	유물	Di tích, di vật
	유발하다	Gây nên, gây ra, dẫn đến

	유방암	Ung thư vú
	유별하다	Có khác biệt
	유사하다	Tương tự, giống
	유산	Di sản
	유산하다	Sẩy thai
	유선	Hữu tuyến
	유선형	Hình cong, đồ vật hình cong
	유엔	Liên hợp quốc
	유역	Lưu vực
	유연성	Tính mềm dẻo, tính linh động
	유용하다	Hữu dụng, có ích
	유익하다	Có ích, hữu ích
	유의하다	Lưu ý, để ý
	유일하다	Duy nhất
	유적지	Khu di tích
	유전공학	Công nghệ di truyền
	유제품	Sản phẩm sữa
	유조선	Tàu chở dầu
	유족	Thân nhân, sung túc
	유지비	Phíbảo trì
	유지하다	Duy trì
	유창하다	Trôi chảy
	유채꽃	Hoa cải
	유치원	Nhà trẻ
	유통하다	Lưu thông
	유해	Di hài, hài cốt
	유행어	Từ ngữ thịnh thành
	유형하다	Hữu hình, loại hình
	유혹하다	Mê hoặc, quyến rũ
	유화	Tranh sơn dầu
육	육류	Các loại thịt

	육식하다	Ăn thịt
	육박하다	Đến gần
	육성	Bồi dưỡng, nuôi dưỡng
	육아하다	Nuôi dạy trẻ
	육안	Mắt thường
	육체	Thân thể, thể xác
윤	윤리	Luân lý
융	융합하다	Dung hợp, hòa hợp
으	으레	Đương nhiên, thường thường
	으로꼽히다	Được chọn là
	으로인식하다	Nhận thức là
은	은/는듯하다	Có vẻ như
	은/는만큼	Bằng với, như
	은/는모양이다	Dường như là
	은/는반면에	Trái với
	은/는대로	Ngay sau khi, ngay khi
	은/는채 (로)	Trong trạng thái
	은밀히	Âm thầm, lén lút
	은퇴하다	Về hưu
	은하수	Dải ngân hà
	은혜	Ân huệ, ân nghĩa, công ơn
읊	읊다	Ngâm thơ
음	음력	Âm lịch
	음료	Đồ uống
	음식물	Đồ ăn thức uống
	음주하다	Uống rượu
	음반	Băng đĩa
	음성	Âm tính

	음성언어	Ngôn ngữ âm thanh
	음향	Âm hưởng
응	응급	Cấp cứu
	응급실	Phòng cấp cứu
	응답자	Người trả lời
	응답하다	Trả lời
	응모하다	Ứng tuyển
	응원하다	Cổ vũ
의	의견	Ý kiến
	의결	Biểu quyết, ý kiến biểu quyết
	의논하다	Bàn bạc, thảo luận
	의대	Đại học y
	의도	Ý đồ
	의료	Y tế, việc chữa trị
	의료진	Đội ngũ bác sĩ
	의류	Quần áo
	의상	Y phục
	의식주	Ăn mặc ở
	의무	Nghĩa vụ
	의문	Nghi vấn
	의미	Ý nghĩa
	의복	Quần áo
	의사	1. Ý định 2. Bác sĩ
	의사소통	Sự thấu hiểu.
	의식하다	Ý thức
	의심하다	Nghi ngờ
	의아	Sự hoài nghi
	의약품	Thuốc men
	의욕	Mong muốn làm gì, hoài bão
	의의	Ý nghĩa

	의존하다	Dựa vào, phụ thuộc vào
	의지하다	Tựa vào, dựa vào
	의하다	Căn cứ vào
	의학	Y học
	의학적	Theo y học, về mặt y học
이	이공	Khoa học tự nhiên và công nghệ
	이국적	Tính ngoại quốc
	이기다	Chiến thắng
	이기적	Ích kỷ
	이끌다	Dẫn dắt, hướng dẫn
	이내	Trong vòng
	이동전화	Điện thoại di động
	이동하다	Di động, di chuyển
	이듬해	Năm tới
	이따	Lát nữa, chút nữa
	이때	Lúc này
	이란	Cái gọi là
	이러다	Cứ thế này
	이런저런	Thế này thế kia
	이력서	Bản lý lịch
	이론	Lý luận
	이루다	Đạt được, đạt tới
	이루어지다	Đạt được
	이르다	Sớm
	이름나다	Nổi tiếng
	이름표	Bảng tên
	이리	Con chó sói
	이리저리	Chỗ này chỗ kia
	이마	Cái trán
	이만	Từng này
	이만저만	Không ít

이맘때	Chừng này, khi này, lúc này
이메일	Email, thư điện tử
이면지	Giấy có thể tái sử dụng
이미지	Hình ảnh
이민가다	Di dân
이민과정	Quá trình di dân
이벤트	Sự kiện
이변	Biến cố, tai nạn
이별하다	Chia tay, sự cố
이불	Chăn mền
이비인후과	Khoa tai mũi họng
이사하다	Chuyển nhà
이산화탄소	Cacbon điôxít
이삿짐	Đồ đạc cần chuyển
이삿짐센터	Trung tâm chuyển nhà
이상적	Có tính chất lý tưởng
이상하다	Khác thường, kỳ lạ
이상형	Mẫu hình lý tưởng
이성	Lý tính
이슬	Sương
이식	Ghép cấy
이어서	Tiếp theo, sau đó
이어폰	Tai nghe
이왕	Quá khứ, dĩ vãng
이외	Ngoài ra
이용료	Chi phí sử dụng
이용자	Người sử dụng
이웃	Hàng xóm, lân cận
이웃집	Nhà hàng xóm
이유	Lý do, động cơ
이윤	Lợi nhuận
이율	Lãi suất

	이윽고	Một lát sau, một hồi sau
	이익	Ích lợi, lợi ích
	이자	Lãi suất, tiền lãi
	이전	Trước đây, trước khi
	이하	Dưới mức
	이해관계	Quan hệ lợi và hại
	이해력	Năng lực hiểu biết
	이해심	Sự cảm thông, lòng cảm thông
	이해하다	Thông cảm, hiểu
	이혼하다	Ly hôn, ly dị
	이후	Về sau, từ đó về sau
익	익다	Thành thục, chín
	익사하다	Chết đuối
	익살스럽다	Khôi hài, hài hước
	익숙하다	Thành thạo, thành thục, quen
	익히다	1. Làm cho quen thuộc 2. Làm chín
인	인간	Con người
	인간관계	Quan hệ giữa con người với nhau
	인간미	Vẻ đẹp nhân văn
	인간성	Tính nhân văn
	인감	Con dấu
	인건비	Phí nhân công, tiền công
	인격	Nhân cách
	인공	Nhân tạo
	인공위성	Vệ tinh nhân tạo
	인공조명	Chiếu sáng nhân tạo
	인구	Dân số, số người, nhân khẩu
	인권	Nhân quyền, quyền con người
	인권의식	Nhận thức nhân quyền
	인근	Lân cận, xung quanh, láng giềng

인도하다	Dẫn dắt, chỉ dẫn
인력	Nhân lực, sức người
인류	Nhân loại
인명	Mạng sống con người
인문	Nhân văn
인물	Nhân vật
인물화	Tranh chân dung
인사말	Lời chào
인상	Ấn tượng
인상적	Có ấn tượng
인생	Nhân sinh, cuộc đời
인쇄물	Ấn phẩm, ấn bản
인쇄하다	In
인스턴트식품	Thực phẩm ăn liền
인식하다	Nhận biết, nhận thức
인어	Người cá
인연	Nhân duyên
인용하다	Trích dẫn
인원	Nhân viên, số người
인원수	Số người
인재	Nhân tài, người tài
인접하다	Tiếp giáp
인정	Tình người
인정받다	Được thừa nhận
인종	Chủng người, nhân chủng
인종차별	Phân biệt sắc tộc
인증서	Giấy xác nhận
인체	Cơ thể con người
인출하다	Rút tiền
인터넷	Internet
인터뷰	Phỏng vấn
인턴	Thực tập sinh

	인턴사원	Nhân viên thực tập
	인테리어	Trang trí nội thất
	인파	Dòng người, đám đông
	인해	Biển người
	인플루엔자	Cúm
	인하다	Do, vì
	인형	Búp bê
	인형극	Múa rối
일	일관성	Tính nhất quán
	일기예보	Dự báo thời tiết
	일기장	Sổ nhật ký
	일다	Trỗi dậy, nổi dậy
	일등	Đứng đầu, loại một
	일란	Một trứng, cùng một trứng
	일반적	Mang tính thông thường
	일변도	Một chiều, một phía
	일부	Một phần
	일부러	Cố tình, cố ý
	일부분	Một phần, một bộ phận
	일상	Hằng ngày
	일상생활	Sinh hoạt hằng ngày
	일생	Một đời
	일석이조	Một công đôi việc
	일시	Tạm thời, nhất thời
	일시적	Có tính nhất thời
	일시불	Trả một lần
	일어나다	Dậy, thức dậy
	일으키다	Dựng lên, tạo dựng
	일자리	Chỗ làm
	일장일단	Ưu và khuyết điểm
	일정하다	Nhất định

	일제	Đồng loạt, nhất thể
	일종	Một loại
	일출	Lúc mặt trời mọc, bình minh
	일치하다	Nhất trí, thống nhất
	일품	Hàng hóa loại một
	일회용품	Hàng hóa dùng một lần
읽	읽히다	Bắt ai đọc, ép ai đọc
잃	잃다	Đánh mất
임	임금	Tiền lương
	임무	Nhiệm vụ
	임산부	Phụ nữ có thai
	임신부	Phụ nữ có thai
	임신	Có mang, có thai
	임시	Tạm thời, nhất thời, lâm thời
	임원진	Đội ngũ lãnh đạo
	임직원	Toàn thể nhân viên
	입가	Vành môi
	입술	Môi
	입금하다	Đóng tiền
	입력하다	Nhập dữ liệu vào [máy tính]
	입맛	Khẩu vị
	입문	Mới bắt đầu, nhập môn
	입버릇	Quen miệng
	입사하다	Vào công ty
	입석	Chỗ đứng
	입시	Thi đầu vào
	입어보다	Mặc thử
	입이짧다	Kén ăn
	입장권	Vé vào cổng
	입장료	Tiền vào cổng

	입장하다	Vào cửa
	입주하다	Vào ở, đến ở
	입증되다	Được xác nhận, được chứng nhận
	입증하다	Chứng minh, sự kiểm chứng
	입체	Lập thể
	입출금	Việc rút tiền và gửi tiền
	입학시험	Thi tuyển sinh
	입히다	Gây nên, mặc cho
잇	잇다	Nối, gắn cho liền
	잇따르다	Nối tiếp, liên tục, nối đuôi nhau
	잊어버리다	Lãng quên, bỏ quên
	잊히다	Bị quên lãng, bị quên, không còn nhớ đến
자	자격증	Bằng cấp, giấy chứng nhận
	자극하다	Kích thích
	자금	Vốn, quỹ, tiền vốn
	자기	Bản thân, cá nhân mình, tự mình
	자기관리	Quản lý bản thân
	자꾸	Luôn luôn, thường xuyên, nhiều lần
	자네	Cậu, cô em
	자녀	Con cái, con
	자동	Tự động
	자동조작	Thao tác tự động
	자동화	Tự động hóa
	자동화기기	Thiết bị tự động hóa
	자판기	Máy bán tự động
	자라다	Lớn lên, trưởng thành
	자랑하다	Tự hào, niềm tự hào, khoe
	자료	Tư liệu, tài liệu
	자료실	Phòng tư liệu
	자루	Cái cán, tay cầm
	자리를잡다	Chiếm chỗ, giữ vị trí, an cư

자립심	Tinh thần tự lập
자막	Phụ đề
자매	Chị em
자명종	Đồng hồ báo thức
자발적	Tự giác, tự nguyện
자본	Vốn, tài chính
자산	Tư sản, tài sản
자살하다	Tự sát, tự vẫn
자상하다	Chu đáo, ân cần
자서전	Sách tự truyện, hồi ký
자석	Nam châm
자선	Từ thiện
자세	Tư thế
자세하다	Tỉ mỉ, chi li, chu đáo
자식	Con cái
자신	Bản thân mình
자신감	Sự tự tin
자연	Tự nhiên, thiên nhiên
자연히	Một cách tự nhiên
자외선	Tia tử ngoại
자원	Tài nguyên
자유	Tự do
자유롭게	Một cách tự do
자유무역	Thương mại tự do
자유분방하다	Tự do tự tại
자율	Sự tự do
자음	Phụ âm
자자하다	Đồn đại, đồn thổi
자제하다	Tự kiềm chế, tiết chế, tự chủ
자존심	Lòng tự trọng, lòng tự tôn
자체	Bản thân, đích thân
자취	Dấu vết, vết tích

	자칫하면	Suýt nữa
작	작가	Tác giả, tác gia
	작곡가	Nhà soạn nhạc
	작곡하다	Soạn nhạc
	작동하다	Chạy, vận hành
	작문하다	Làm văn, viết văn
	작물	Cây lương thực
	작사하다	Viết lời, soạn lời
	작성하다	Soạn, viết, lập
	작아지다	Trở nên nhỏ đi
	작업	Làm việc, tác nghiệp
	작용	Tác dụng, tác động
	작정	Quyết định làm gì đó, việc hạ quyết tâm
	작품	Tác phẩm
잔	잔돈	Tiền thừa
	잔액	Tiền thừa, tiền còn dư
	잔디밭	Đồng cỏ, bãi cỏ
	잔뜩	Đầy, kín
	잔잔하다	Lắng xuống, lặng
	잔재	Cái tàn dư, cặn bã
	잔치	Tiệc
잘	잘다	Mỏng, nhỏ
	잘되다	Có kết quả tốt
	잘못	Sai lầm, nhầm lẫn
	잘못하다	Sai lầm, sai sót
	잘하다	Giỏi, tốt, hay
잠	잠결에	Trong khi ngủ, mơ màng
	잠그다	Khóa lại, vặn lại, đóng lại
	잠꼬대	Việc nói mớ, nói mê sảng

	잠들다	Ngủ, đi ngủ
	잠시	Trong chốc lát
	잠옷	Áo ngủ
	잠자리	Chỗ ngủ, giường
	잠자코	Không một lời nói, im lặng
	잠재하다	Tiềm tàng, ẩn bên trong
잡	잡아당기다	Lôi kéo, kéo
	잡아먹다	Làm thịt, bắt ăn thịt
	잡지사	Tòa soạn báo, tạp chí
	잡채	Miến trộn
	잡초	Cỏ dại, cỏ hoang
	잡화	Tạp phẩm, tạp hóa
	잡히다	Bị bắt, bị làm thịt
잣	잣	Hạt thông
장	장가가다	Đi lấy vợ
	장군	Tướng quân, tướng
	장기	1. Nội tạng 2. Sở trường 3. Thời gian dài, trường kỳ
	장기적	Về mặt dài hạn
	장난	Đùa, giỡn, nghịch, chơi
	장난감	Đồ chơi
	장난꾸러기	Chỉ đứa bé hay đùa nghịch
	장날	Ngày họp chợ
	장남	Trưởng nam
	장녀	Trưởng nữ
	장단점	Ưu nhược điểm
	장래	Tương lai
	장려하다	Khuyến khích
	장례	Tang lễ
	장례식	Nghi thức lễ tang

	장례식장	Nhà tang lễ
	장르	Thể loại [thơ, tiểu thuyết,…]
	장만하다	Sắm sửa, trang trí
	장면	Cảnh tượng
	장미꽃	Hoa hồng
	장바구니	Rổ, rá
	장벽	Rào cản, sự cản trở
	장비	Trang bị
	장사	Buôn bán
	장수하다	Trường thọ, sống lâu
	장시간	Thời gian dài, lâu
	장식	Trang trí
	장애	Trở ngại, chướng ngại vật
	장애인	Người tàn tật
	장어	Con lươn, cá chình
	장작	Củi đốt
	장점	Ưu điểm, điểm mạnh
	장치	Thiết bị, trang bị
	장학금	Tiền học bổng
	장학하다	Khuyến học
	장형	Anh cả
재	재	Tàn, tro
	재교육	Sự tái giáo dục
	재난	Tai nạn, tai ương
	재능	Tài năng
	재단	Quỹ
	재래	Có tính truyền thống, cổ truyền
	재료	Nguyên liệu, vật liệu
	재료비	Chi phí nguyên liệu
	재물	Tài sản, của cải
	재민	Nạn nhân, người bị thiệt hại

	재발급하다	Cấp lại, phát lại
	재배하다	Trồng trọt
	재벌	Tài phiệt, tập đoàn kinh tế lớn
	재사용하다	Tái sử dụng
	재산	Tài sản
	재생하다	Hồi sinh, tái hiện
	재수하다	Học lại
	재심	Phúc thẩm, xử lại
	재앙	Tai ương, tai họa
	재우다	Ru ngủ
	재원	Tài nguyên
	재정상태	Tình trạng tài chính
	재주	Tài năng, năng khiếu
	재즈	Nhạc Jazz
	재충전	Sạc lại [điện, năng lượng, pin,…]
	재테크	Biện pháp đầu tư, cách thức đầu tư
	재판	Xét xử
	재학	Đang đi học
	재해	Thiên tai, tai ương
	재현	Tái hiện
	재혼하다	Tái hôn
	재활	Hoạt động trở lại
	재활용품	Sản phẩm tái chế
	재활용하다	Tái sinh, tái chế
	재회하다	Tái ngộ, gặp lại
쟁	쟁점	Điểm tranh luận
저	저개발국가	Quốc gia chậm phát triển
	저금	Tiền tiết kiệm
	저금통	Hũ tiết kiệm
	저당	Sự cầm cố, thế chấp
	저마다	Mỗi người

	저소득층	Tầng lớp thu nhập thấp
	저속하다	Tục tĩu, bẩn thỉu
	저울	Cái cân
	저장하다	Chứa, trữ, cất
	저절로	Tự nó, tự nhiên
	저지르다	Gây nên, mắc phải
	저질	Chất lượng thấp
	저축하다	Tiết kiệm
	저출산	Tỷ lệ sinh nở thấp
	저항하다	Chống lại
	저해하다	Ngăn cản, cản trở
적	적극	Tích cực, nhiệt tình, nhiệt huyết
	적금	Tiền tiết kiệm
	적당하다	Thích đáng, phù hợp
	적대	Sự thù địch, sự đối địch
	적대시하다	Coi như kẻ thù
	적령	Tuổi thích hợp
	적령기	Độ tuổi thích hợp
	적립하다	Sự tích lũy, sự tích cóp
	적막하다	Tĩnh mịch
	적발하다	Vạch trần, phát hiện
	적설량	Lượng tuyết phủ
	적성	Thích hợp, phù hợp
	적어지다	Ngày càng ít đi
	적용하다	Áp dụng, vận dụng
	적응하다	Thích ứng
	적절하다	Thích hợp, thích đáng
	적합하다	Thích hợp, vừa với, phù hợp
	적히다	Được ghi chép, được viết lại
전	전공하다	Chuyên về
	전구	Bóng điện

전국	Toàn quốc, cả nước
전기	Điện
전기밥솥	Nồi cơm điện
전달하다	Sự truyền đạt
전담하다	Chịu trách nhiệm toàn bộ
전동차	Xe điện
전등	Bóng điện
전래	Truyền lại, lưu lại, lưu truyền
전략	Chiến lược
전망	Triển vọng
전망대	Đài quan sát
전문	Toàn văn
전문가	Chuyên gia
전문점	Cửa hàng bán đồ chuyên dụng
전문학교	Trường dạy nghề
전반	Toàn bộ
전부	Toàn bộ
전적	Hoàn toàn, toàn bộ, toàn vẹn
전혀	Hoàn toàn
전체	Toàn thể, tổng thể
전반전	Hiệp đầu
전복	Bào ngư
전산	Điện toán
전세	Cho thuê
전송	Sự tiễn đưa
전시	Trưng bày, triển lãm
전시실	Phòng trưng bày
전시하다	Trưng bày
전시회	Triển lãm
전액	Toàn bộ số tiền
전역	Toàn khu vực
전염	Truyền nhiễm

	전염병	Bệnh truyền nhiễm
	전용	Chuyên dụng, dùng riêng
	전용극장	Sân khấu chuyên dụng
	전원	Toàn thể nhân viên
	전유물	Đồ sở hữu riêng
	전자	Điện tử
	전자레인지	Bếp điện từ
	전자상거래	Thương mại điện tử
	전자우편	Thư điện tử
	전자책	Sách điện tử
	전쟁	Chiến tranh
	전제	Tiền đề
	전철	Tàu điện
	전통	Truyền thống
	전통문화	Văn hóa truyền thống
	전통적	Có tính truyền thống
	전파	Sự truyền bá, lan truyền
	전형적이다	Có tính điển hình
	전화국	Tổng đài điện thoại
	전화벨	Chuông điện thoại kêu
	전환하다	Chuyển đổi
절	절단하다	Cắt rời
	절대	Tuyệt đối
	절대로	Một cách tuyệt đối
	절대적	Có tính tuyệt đối
	절도	Trộm cắp
	절망	Tuyệt vọng
	절반	Một nửa
	절실하다	Mãnh liệt, sâu sắc, cấp bách
	절약하다	Tiết kiệm
	절이다	Muối

	절정	Tuyệt đỉnh, đỉnh cao
	절차	Thủ tục, trình tự
젊	젊음	Sự trẻ trung, sức trẻ
점	점검하다	Kiểm tra
	점수	Điểm số
	점심	Buổi trưa, cơm trưa
	점유	Chiếm lấy, sở hữu
	점유율	Tỷ lệ chiếm hữu
	점잖다	Chững chạc, đĩnh đạc
	점쟁이	Thầy bói
	점점	Dần dần
	점차	Dần dần
	점치다	Xem bói
접	접근하다	Tiếp cận
	접촉하다	Tiếp xúc
	접하다	Tiếp cận
	접수하다	Tiếp thu, tiếp nhận
	접시	Cái đĩa
	접종	Sự tiêm chủng
	접다	Gấp, gập
젓	젓갈	Món mắm
	젓다	Trộn, đảo
정	정강이	Cẳng chân, ống quyển
	정거장	Trạm, bến đỗ
	정글	Khu rừng nhiệt đới
	정기	Định kỳ
	정기적이다	Có tính định kỳ
	정년퇴직	Nghỉ hưu
	정답	Câu trả lời chính xác, đáp án

정당	Chính đáng, thỏa đáng
정들다	Có tình cảm
정리하다	Sắp xếp
정립하다	Định ra, thiết lập ra
정면	Chính diện, trước mặt
정문	Cửa chính
정물화	Tranh tĩnh vật
정밀하다	Tinh xảo, chính xác, cụ thể
정반대	Đối lập, hoàn toàn ngược lại
정보	Thông tin
정보화	Sự thông tin hóa
정부	Chính phủ
정비례	Tỷ lệ thuận
정비하다	Tổ chức lại, chỉnh đốn lại
정상	Đỉnh cao, cao cấp, thượng đỉnh
정서	Tâm tư, tình cảm
정성	Thịnh tình, tấm lòng thành
정성껏	Hết lòng
정수기	Máy lọc nước
정식	Chính thức
정신	Thần kinh
정신력	Sức mạnh tinh thần
정신세계	Tâm hồn, thế giới tâm linh
정신없다	Mất tinh thần
정원	Số người quy định
정원	Vườn
정육	Thịt tươi
정육점	Quầy thịt
정의하다	Định nghĩa
정일	Ngày đã định
정장	Comple, âu phục
정중하다	Trịnh trọng

	정지하다	Ngừng lại, đình chỉ
	정직하다	Chính trực
	정차하다	Dừng xe
	정착하다	Định cư
	정책	Chính sách
	정체성	Tính bản sắc, tính chính thể
	정취	Cảm giác, hứng thú
	정치	Chính trị
	정치계	Giới chính trị
	정치인	Chính trị gia
	정하다	Quy định
	정해지다	Được quyết định, được quy định
	정화하다	Làm sạch, lọc sạch
	정확하다	Chính xác
젖	젖다	Ẩm ướt
제	제각각	Sự riêng lẻ
	제값	Đúng giá
	제거하다	Loại bỏ, loại trừ
	제공하다	Cung cấp
	제기차기	Môn đá cầu
	제기하다	Đề nghị, đề xuất
	제대하다	Xuất ngũ, phục viên
	제도	Chế độ
	제때	Sự đúng lúc, sự đúng hẹn
	제물	Vật tế, đồ cúng
	제발	Xin hãy
	제비	Chim én
	제사상	Bàn thờ
	제습기	Máy hút ẩm
	제시간	Đúng giờ
	제시하다	Trình ra, cho xem

	제안하다	Đề nghị
	제약	Chế tạo thuốc
	제약회사	Công ty chế tạo thuốc
	제외하다	Loại trừ, ngoài ra
	제자	Đệ tử, học trò
	제자리	Vị trí đúng, vị trí vốn có
	제작비	Chi phí sản xuất
	제작사	Công ty sản xuất, công ty chế tạo
	제작하다	Chế tác, sản xuất
	제재	Chế tài
	제정하다	Ban hành, đưa ra
	제조하다	Chế tạo
	제출하다	Trình ra, đề ra
	제품	Hàng hóa
	제한하다	Hạn chế
조	조각	Điêu khắc
	조개	Con hến, con ốc
	조개껍데기	Vỏ sò
	조건	Điều kiện
	조교	Trợ giảng
	조기	1. Sớm 2. Lá cờ tang
	조깅	Chạy bộ
	조류	Loài chim
	조류독감	Cúm gia cầm
	조르다	Thắt chặt, đốc thúc
	조리다	Kho
	조리실	Nhà bếp
	조리하다	Điều dưỡng, dưỡng bệnh
	조림하다	Đóng hộp
	조만간	Chẳng bao lâu nữa
	조망	Tầm nhìn, triển vọng

	조명	Sự chiếu sáng
	조명하다	Chiếu sáng
	조미료	Chất gia vị
	조밥	Cơm trộn hạt kê
	조사하다	Điều tra, khảo sát
	조선시대	Triều đại Joseon
	조성하다	Tạo thành
	조심하다	Cẩn thận
	조언하다	Khuyên
	조용히	Một cách tĩnh lặng, yên tĩnh
	조작하다	Thao tác, vận hành
	조정하다	Điều chỉnh
	조직	Tổ chức
	조차	Ngay cả
	조화	Điều hòa, tạo hóa
	조화하다	Hòa hợp
족	족발	Chân giò
	족족	Lần lượt, lần nào cũng vậy
존	존경하다	Tôn kính
	존엄하다	Tôn nghiêm
	존재하다	Tồn tại
	존중하다	Tôn trọng
졸	졸다	Ngủ gật
	졸라매다	Siết lại, cột lại
	졸리다	Buồn ngủ
	졸업	Tốt nghiệp
	졸업식	Lễ tốt nghiệp
좀	좀처럼	Rất ít khi, không dễ, hiếm khi
좁	좁히다	Làm cho hẹp lại

종	종교	Tôn giáo
	종류	Chủng loại
	종소리	Tiếng chuông
	종업원	Nhân viên, công nhân
	종이	Giấy
	종이컵	Cốc giấy
	종종	Thỉnh thoảng, đôi khi
좌	좌뇌	Não trái
	좌우	Phải trái
	죄목	Tội danh
	죄책감	Cảm giác tội lỗi
	좌석	Chỗ ngồi, ghế ngồi
주	주가	Giá cổ phiếu
	주거	Nhà ở
	주택	Nhà ở, nơi cư trú
	주고받다	Cho và nhận
	주관하다	Chủ quản
	주류	Chủ lưu, dòng chảy chính
	주름	Vết nhăn, nếp nhăn
	주먹	Nắm tay, nắm đấm
	주목하다	Chú ý
	주무르다	Nắn bóp, xoa bóp
	주문서	Đơn đặt hàng
	주민	Cư dân, công dân
	주방	Nhà bếp
	주방장	Người đầu bếp
	주범	Thủ phạm chính
	주변	Xung quanh, phụ cận
	주부	Người nội trợ
	주소	Địa chỉ

	주식	Lương thực chính
	주식회사	Công ty cổ phần
	주역	Vai chính, nhân vật chính
	주인공	Nhân vật chính
	주연	Diễn chính
	주요	Chủ yếu, chính
	주유소	Trạm xăng
	주인	Chủ nhân
	주입하다	Nhét vào, nhồi vào, rót vào
	주장	Đội trưởng
	주장하다	Chủ trương, cho rằng
	주저하다	Chần chừ
	주제	Chủ đề
	주중	Trong tuần
	주차	Đỗ xe, đậu xe
	주차장	Nhà xe
	주최하다	Chủ trì, tổ chức, bảo trợ
죽	죽	Cháo
	죽음	Cái chết, sự chết
	죽이다	Giết chết
준	준비물	Đồ chuẩn bị
	준수하다	Tuân thủ
줄	줄거리	Mạch truyện, cốt chuyện
	줄거리	Cành cây
	줄곧	Liên lục, một mạch
	줄무늬	Kẻ sọc
	줄어들다	Giảm đi, bị nhỏ lại
	줄이다	Giảm bớt, cắt giảm
	줄임말	Từ viết tắt

줍	줍다	Nhặt, lặt
중	중간	Trung gian
	중개소	Trung tâm môi giới, trung gian
	중개인	Người môi giới
	중거리	Cự ly trung bình
	중계방송	Truyền hình trực tiếp
	중계하다	Phát sóng chuyển giao, trung gian
	중고	Trung cổ
	중고차	Xe đã qua sử dụng, xe cũ
	중고품	Hàng cũ (đã qua sử dụng)
	중금속	Kim loại nặng
	중급	Trung cấp
	중년	Trung niên
	중년층	Tuổi trung niên
	중단	Sự đình chỉ, gián đoạn
	중단하다	Gián đoạn
	중독증	Triệu chứng nghiện
	중독하다	Nghiện
	중략하다	Giản lược phần giữa
	중립	Trung lập
	중립적이다	Có tính trung lập
	중매하다	Môi giới, mai mối
	중문	Cửa trong
	중복하다	Trùng, lặp
	중부	Trung Bộ, miền Trung
	중소	Vừa và nhỏ
	중소기업	Doanh nghiệp vừa và nhỏ
	중시하다	Coi trọng, xem trọng
	중심	Trung tâm, trọng tâm
	중심지	Khu vực trung tâm
	중앙	Trung ương

	중요성	Tầm quan trọng
	중요하다	Quan trọng
	중점	Trọng điểm, điểm chính
쥐	쥐다	Nắm, cầm
즉	즉	Tức là, nghĩa là
	즉석	Tại chỗ
	즉시	Ngay tức khắc
즐	즐거움	Niềm vui, thú vui
	즐겁다	Vui vẻ
	즐기다	Thưởng thức
증	증가하다	Tăng lên, gia tăng
	증감	Sự tăng giảm, sự lên xuống
	증거	Chứng cứ
	증권	Chứng khoán
	증명하다	Chứng minh
	증상	Triệu chứng
	증서	Văn bản, giấy tờ, chứng thư
	증세	Triệu chứng, tình trạng bệnh nhân
	증인	Người làm chứng
	증정하다	Biếu, tặng
	증후군	Hội chứng (bệnh)
지	지갑	Cái ví, cái bóp
	지겹다	Chán ngắt, buồn tẻ
	지경	Biên giới, ranh giới
	지구	Trái đất
	지그시	Chỉ im lặng chịu đựng
	지극정성	Hết lòng, tận tâm
	지극하다	Cực kỳ, vô cùng, tột độ
	지나가다	Trôi qua

지나치다	Quá mức, quá đáng, vượt mức độ
지니다	Mang, giữ
지다	1. Xuất hiện, 2. Lặn
지도자	Người lãnh đạo, người dẫn dắt
지루하다	Chán
지르다	Thọc, chọc, gào, thét
지리	Địa lý
지문	Dấu vân tay
지문인식	Nhận biết qua vân tay
지방	Mỡ, chất béo
지배	Sự chi phối, sự thống trị
지배자	Người thống trị
지배하다	Chi phối, thống trị
지불하다	Chi trả, trả tiền
지붕	Mái nhà
지사	Chi nhánh
지속적	Tiếp tục, kéo dài
지수	Chỉ số
지시	Chỉ thị
지식	Tri thức
지역	Khu vực, vùng
지역별	Từng khu vực
지연되다	Bị trì hoãn
지옥	Địa ngục
지우다	Xóa bỏ
지원	Sự hỗ trợ, tình nguyện
지원자	Người dự tuyển
지원팀	Đội tình nguyện
지원하다	Hỗ trợ, tình nguyện
지위	Vị trí, địa vị xã hội
지장	Trở ngại

	지저분하다	Bẩn thỉu, luộm thuộm
	지적재산권	Quyền sở hữu trí tuệ
	지적하다	Chỉ trích, chỉ ra
	지정	Chỉ định
	지중해	Địa Trung Hải
	지지하다	Ủng hộ
	지지하다	Vớ vẩn, không quan trọng
	지진	Động đất, địa chấn
	지참하다	Mang theo
	지체하다	Đình trệ, trì trệ
	지출하다	Tiêu xài, chi tiêu
	지치다	Kiệt sức, mệt rã rời
	지켜보다	Nhìn, xem, chú ý, theo dõi
	지키다	Tuân thủ, giữ đúng, duy trì
	지팡이	Cái gậy
	지퍼	Phéc-mơ-tuya, dây khóa kéo
	지폐	Tiền giấy
	지표	Mẫu hình, biểu mẫu, mặt đất
	지향	Chí hướng, ý chí
	지향적	Có tính định hướng
	지혜	Trí tuệ
	지휘	Sự chỉ huy
	지휘자	Người chỉ huy
직	직거래하다	Mua bán trực tiếp
	직결되다	Được kết nối trực tiếp
	직관	Trực quan
	직면하다	Đối diện, đối mặt
	직선	Đường thẳng
	직업	Nghề nghiệp
	직장인	Người đi làm
	직전	Ngay trước khi xảy ra việc gì đó

	직후	Ngay sau khi
	직접적	Trực tiếp
	직종	Loại ngành nghề
	직진하다	Tiến thẳng, đi thẳng
진	진	Mủ, nhựa
	진급하다	Thăng cấp, lên chức, lên lớp
	진단하다	Chẩn đoán
	진찰하다	Chẩn đoán, khám bệnh
	진동하다	Chấn động
	진땀을빼다	Vã mồ hôi lạnh
	진로	Tiền đồ, đường đi tới
	진료하다	Điều trị
	진보적	Có tính tiến bộ
	진사	Biện bạch và xin lỗi
	진실	Sự thực, chân thật
	진심	Chân tình, thật lòng
	진심으로	Thật lòng
	진열하다	Trưng bày
	진영	Doanh trại
	진입하다	Tiến vào
	진정하다	Trấn tĩnh, bình tĩnh
	진짜	Thật, không phải giả
	진출하다	Bước vào
	진취적	Có tính tiến thủ
	진통제	Thuốc giảm đau
	진품	Đồ thật, hàng thật
	진하다	Đậm đặc
	진학하다	Học lên cao, học tiếp
	진행자	Người dẫn chương trình
	진행하다	Tiến hành
질	질	Chất lượng

	질리다	Chán ngán
	질문하다	Hỏi
	질병	Bệnh tật
	질환	Bệnh tật
	질서	Trật tự
	질투	Sự ghen tị, ghen ghét
짐	짐작하다	Ước chừng, dự đoán, phỏng đoán
집	집값	Giá nhà
	집다	Nhặt, lặt
	집단	Tập thể, đoàn, nhóm
	집들이	Tân gia nhà
	집사람	Bà xã
	집세	Tiền thuê nhà
	집안	Gia đình, họ hàng
	집안일	Việc nhà
	집주인	Chủ nhà
	집중력	Sức tập trung
	집중하다	Tập trung
	집중호우	Mưa tập trung vào một chỗ
	집착하다	Quyến luyến, vấn vương
짓	짓	Cử động, cử chỉ, động tác
	짓궂다	Quấy rối, gây phiền nhiễu
징	징	Cồng
	징크스	Việc xui xẻo
짙	짙다	Đậm, sẫm
짚	짚다	Chống
	짚신	Đôi giày rơm

짜	짜이다	Được lắp ráp, được làm thành
	짜증나다	Phát bực
짝	짝	Cặp, đôi
	짝사랑	Yêu đơn phương
	짝수	Số chẵn, chẵn
	짝짓다	Kết đôi, ghép thành cặp
	짝짝이	Lẻ đôi, lẻ cặp
쫓	쫓겨나다	Bị đuổi, bị cho nghỉ việc
	쫓기다	Bị đuổi
	쫓다	Đuổi, truy đuổi
	쫓아내다	Đuổi ra khỏi
	쫓아다니다	Đuổi theo
쬐	쬐다	Hơ, hong, phơi nắng
찌	찌개	Món canh Hàn Quốc
	찌꺼기	Cặn, bã
	찌다	Hấp, dùng hơi làm chín
	찍다	Quay, chụp
찜	찜질	Chườm
찡	찡하다	Nghẹn ngào
찢	찢다	Xé
	찢어지다	Bị xé, bị rách
차	차갑다	Lạnh, lạnh lùng
	차다	Lạnh
	차단하다	Cắt đứt, ngăn chặn
	차도	Đường xe chạy
	차라리	Thà rằng
	차량	1. Lượng xe

		2. Toa tàu
	차리다	Chuẩn bị
	차별하다	Phân biệt
	차분하다	Bình tĩnh, tĩnh lặng, điềm đạm
	차선	Làn xe, tuyến đường
	차액	Con số chênh lệch, số tiền chênh lệch
	차오르다	Lên sát, tăng lên gần sát
	차원	Phương diện, góc độ
	차이	Sự chênh lệch, sự khác biệt
	차이점	Điểm khác biệt
	차지하다	Chiếm, nắm giữ
	차차	Dần dần, từ từ, càng
	차츰	Dần dần
착	착각하다	Nhầm lẫn
	착색하다	Tô màu
	착용하다	Đội, mang, đeo
	착하다	Hiền lành, lương thiện
찬	찬물	Nước lạnh
	찬반	Tán thành và phản đối
	찬성하다	Tán thành, đồng ý
참	참가자	Người tham gia
	참가하다	Tham gia
	참고하다	Tham khảo
	참관	Tham quan
	참기름	Dầu mè, dầu vừng
	참다	Chịu đựng
	참을성	Khả năng chịu đựng
	참담하다	Bi thảm, thê thảm
	참되다	Đúng đắn, chân chính
	참석하다	Tham dự, tham gia

	참신하다	Mới lạ, tươi mới
	참여하다	Tham gia, tham dự
	참치	Cá ngừ
찹	찹쌀	Gạo nếp
창	창	Cái đế giày
	창가	Cạnh cửa sổ
	창업	Khởi nghiệp
	창의	Sáng kiến
	창제	Sáng chế
	창조적다	Có tính sáng tạo
	창조하다	Sáng tạo
	창출하다	Tạo ra
	창피하다	Xấu hổ, ngượng
채	채널	Kênh
	채다	Giật, cướp
	채소	Rau
	채식주의자	Người ăn chay
	채식하다	Ăn chay
	채용하다	Tuyển dụng
	채우다	Lấp đầy, nhét đầy
	채택하다	Lựa chọn, tuyển chọn
	채팅하다	Chat
책	책가방	Cặp sách
	책벌레	Con mọt sách, người chăm đọc sách
	책임	Trách nhiệm
	책임자	Người có trách nhiệm
	책임지다	Chịu trách nhiệm
	책자	Sách
챙	챙기다	Sắp xếp, sửa soạn

처	처녀	Thiếu nữ
	처량하다	Thê lương, thê thảm
	처리하다	Xử lý
	처방	Bốc thuốc
	처방전	Đơn thuốc
	처벌	Xử phạt
	처지	Hoàn cảnh
	처지다	Rớt lại sau, tụt lại sau
	처치하다	Điều hành, giải quyết, điều trị
	처하다	1. Rơi vào, đối mặt với 2. Bị xử phạt, bị kết tội
척	척도	Thước đo, tiêu chuẩn
	척박하다	Cằn cỗi, khô khan
천	천	Tấm vải, một nghìn
	천국	Thiên đường, thiên đàng
	천문	Thiên văn
	천사	Thiên thần
	천식	Bệnh hen suyễn
	천연 재료	Chất liệu tự nhiên
	천연	Thiên nhiên, tự nhiên
	천장	Cái trần nhà
	천재	Thiên tài
	천직	Thiên chức
	천하다	Tầm thường, thấp kém
철	철	Mùa vụ
	철도	Đường sắt, đường ray
	철망	Mạng lưới sắt
	철사	Dây sắt
	철없다	Con nít, trẻ con
	철저하다	Thấu đáo, triệt để

	철학	Triết học
첨	첨단	Mũi nhọn, hiện đại
	첨부하다	Gắn, đính kèm
첫	첫눈	Cái nhìn đầu tiên
	첫발	Bước chân đầu tiên
	첫사랑	Mối tình đầu
	첫인상	Ấn tượng ban đầu
청	청각	Thính giác
	청개구리	Con ếch xanh
	청결하다	Thanh khiết
	청구	Sự yêu cầu
	청구서	Giấy yêu cầu, giấy thỉnh cầu
	청구하다	Yêu cầu
	청년층	Tầng lớp thanh niên
	청색	Màu xanh dương
	청소	Dọn vệ sinh
	청소기	Máy hút bụi
	청소년	Thanh thiếu niên
	청중	Thính giả
	청첩장	Tấm thiệp mời, thiệp cưới
	청취하다	Lắng nghe
	청하다	Yêu cầu, mong muốn, xin
	청혼하다	Cầu hôn
체	체감	Cảm nhận bằng cơ thể
	체격	Kích thước cơ thể, cỡ người, hình thể
	체계	Hệ thống
	체계적	Tính hệ thống
	체내	Bên trong cơ thể
	체내흡수	Hấp thụ vào trong cơ thể

	체념	Sự đoạn tuyệt, sự từ bỏ
	체력	Thể lực
	체류	Cư trú, ở
	체면	Thể diện
	체온	Nhiệt độ cơ thể
	체육	Thể dục, thể thao
	체조	Thể thao
	체육관	Nhà thi đấu
	체중	Trọng lượng cơ thể
	체취	Mùi cơ thể
	체크하다	Kiểm tra
	체하다	Đầy bụng
	체험하다	Thể nghiệm, trải nghiệm
쳇	쳇바퀴	Bánh xe trong lồng
쳐	쳐다보다	Nhìn chằm chằm
초	초급	Sơ cấp
	초기	Thời kỳ đầu
	초대장	Giấy mời
	초등학교	Trường tiểu học
	초등학생	Học sinh cấp một
	초라하다	Tiều tụy
	초래하다	Mang lại, đưa đến
	초반	Ban đầu
	초보	Sơ bộ, ban đầu, bước đầu
	초보자	Người mới vào học, sơ cấp
	초상	Chân dung
	초안	Bản thảo
	초원	Thảo nguyên
	초점	Tiêu điểm
	초조하다	Hồi hộp, phấp phỏng
	초청장	Giấy mời

	초콜릿	Sôcôla
	초혼	Kết hôn lần đầu
촉	촉구하다	Hối thúc
	촉진	Xúc tiến, tăng cường
	촉진하다	Thúc đẩy, tăng cường
총	총량	Tổng lượng
	총력	Tổng lực
	총무과	Phòng tổng vụ
	총회	Tổng hội, đại hội
촬	촬영장	Trường quay, studio
	촬영지	Nơi quay phim
	촬영하다	Quay phim, chụp ảnh
최	최고급	Cao cấp nhất
	최근	Gần đây
	최대	Lớn nhất, to nhất
	최대한	Đến mức tối đa
	최상	Tối thượng, tốt nhất
	최선	Hết sức
	최소	Nhỏ nhất, tối thiểu
	최저	Thấp nhất, tối thiểu
	최신	Mới nhất
	최신식	Kiểu mới nhất
	최악	Tồi tệ nhất, xấu nhất
	최우선	Ưu tiên hàng đầu
	최적	Thích hợp nhất
	최종	Sau này, cuối cùng
	최첨단	Hiện đại nhất
	최초	Đầu tiên, sớm nhất
	최후	Sau cùng

추	추가	Thêm
	추구하다	Theo đuổi, mưu cầu
	추돌하다	Va vào nhau
	추락하다	Rơi, rớt, tụt
	추석	Trung thu
	추세	Xu thế
	추수	Thu hoạch, vụ thu
	추억	Kỷ niệm, ký ức
	추위	Cơn rét, cái lạnh
	추적하다	Truy đuổi, truy lùng
	추정하다	Phán đoán, suy luận
	추진하다	Đẩy tới
	추천서	Giấy giới thiệu
	추천하다	Giới thiệu, tiến cử
	추첨	Bốc thăm, rút thăm
	추출하다	Chắt ra, rút ra, trích ra, lọc ra
	추측하다	Đoán
축	축구	Bóng đá, túc cầu
	축구팀	Đội bóng
	축복하다	Chúc phúc
	축소	Thu nhỏ, rút bớt
	축소하다	Sự thu hẹp
	축의금	Tiền chúc mừng, tiền mừng
	축이나가다	Gầy gò
	축적하다	Chất chứa, tích luỹ
춘	춘곤증	Hội chứng mệt mỏi vào mùa xuân
출	출간하다	Phát hành
	출국하다	Xuất cảnh
	출근길	Đường đi làm
	출근하다	Đi làm

	출동	Sự xuất trận, xuất binh, xuất quân
	출동하다	Xuất binh, xuất phát (đi làm nhiệm vụ)
	출력하다	In ra, lấy ra, xuất ra
	출산율	Tỷ lệ sinh đẻ
	출산장려	Khuyến khích sinh đẻ
	출산하다	Sinh đẻ
	출생	Sự sinh ra
	출석	Có mặt, có tham gia
	출세	Sự xuất thế, sự thành đạt
	출신	Xuất thân
	출연	Diễn xuất, biểu diễn
	출연자	Nghệ sĩ, diễn viên
	출입	Ra vào
	출입국	Xuất nhập cảnh
	출입문	Cửa ra vào
	출장	Chuyến công tác
	출장하다	Đi công tác
	출전하다	Ra trận
	출처	Xuất xứ
	출퇴근	Sự đi làm và tan ca
	출판	Xuất bản
	출판사	Nhà xuất bản
춤	춤추다	Múa, nhảy
충	충격	Cú sốc
	충고	Lời khuyên
	충돌	Sự va chạm, sự đụng độ
	충동구매	Mua hàng theo ngẫu hứng
	충동하다	Xúi giục, khích động
	충분하다	Đầy đủ
	충분히	Một cách đầy đủ, nhiều
	충성심	Lòng trung thành

	충실하다	1. Trung thực 2. Rắn rỏi, rắn chắc
	충전하다	Sạc điện
	충혈	Xung huyết, tụ máu
취	취급하다	Xử lý, sử dụng, cư xử
	취득	Sự có được, sự lấy được
	취득세	Thuế trước bạ
	취미	Sở thích
	취소하다	Hủy bỏ
	취업	Sự có việc làm
	취업기회	Cơ hội làm việc
	취업난	Tình trạng khó xin việc
	취업률	Tỷ lệ có việc làm
	취업하다	Xin việc
	취중	Trong lúc say
	취직하다	Xin việc
	취침하다	Ngủ
	취하다	Say
	취향	Ý thích, sở thích
측	측	Phía, bên
	측면	Mặt bên cạnh, mặt kề cạnh
	측정하다	Đo lường, đo đạc
층	층간소음	Tiếng ồn giữa các tầng
치	치과	Nha khoa
	치기	Nhõng nhẽo, nét con nít
	치료법	Phương pháp điều trị
	치료비	Chi phí điều trị
	치료제	Thuốc điều trị
	치료하다	Điều trị, chữa trị
	치유	Hàn gắn, thuyên giảm, chưa khỏi

	치명적	Có tính sống còn, có tính chết người
	치밀하다	Chi li, tỉ mỉ, công phu
	치수	Chỉ số
	치열하다	Khốc liệt
	치이다	Bị đè, bị chèn, bị trói buộc
	치즈	Pho mát
	치킨	Món gà rán, thịt gà
친	친근감	Cảm giác gần gũi, cảm giác thân cận
	친목	Sự thân tình, sự thân thiện, sự gần gũi
	친밀	Thân thiết, thân thiện
	친밀감	Cảm giác thân mật
	친숙하다	Thân thuộc, thân quen
	친어머니	Mẹ ruột
	친절하다	Thân thiện, dễ gần
	친지	Người thân
	친척	Thân thích, anh em, họ hàng
	친필	Chữ viết tay
	친해지다	Làm quen
	친형	Anh ruột
	친환경	Thân thiện môi trường
침	침	Cái kim, cái gai
	침구	Đồ dùng phòng ngủ
	침대	Giường
	침몰하다	Chìm, chìm xuống
	침묵하다	Trầm lặng
	침수	Chìm, bị ngập nước
	침실	Phòng ngủ
	침착하다	Trầm tĩnh
	침체하다	Đình trệ
	침해하다	Xâm hại
	칭찬하다	Khen ngợi

카	카네이션	Hoa cẩm chướng
	카메라	Máy ảnh, máy chụp hình
	카세트	Máy cát-xét
	카세트테이프	Băng ghi âm
	카센터	Ga ra sửa chữa ô tô
	카톨릭	Công giáo
	카페인	Cafein
	카펫	Tấm thảm
칼	칼럼	Cột, mục
	칼로리	Calo, năng lượng
캄	캄캄하다	Tối đen
캐	캐릭터	Tính cách
캠	캠퍼스	Cơ sở, khuôn viên trường
	캠페인	Chiến dịch, cuộc vận động
	캠프	Nơi cái trại
커	커다랗다	Rất lớn
	커브	Đường cong, khúc cong
	커지다	Lan rộng, lớn ra, to ra
	커튼	Cái rèm, cái màn che
	커플	Một đôi, một cặp
케	케이블카	Cáp treo
코	코가높다	Tự cao, tự đại
	코끝	Chóp mũi
	코끼리	Con voi
	코너	Góc, xó
	코드	Mã số
	코미디	Hài hước

	코미디언	Diễn viên hài
	코스	Chương trình học, khóa học
	코인	Đồng xu
콘	콘서트	Buổi hòa nhạc
	콘텐츠	Nội dung
콜	콜라	Coca Cola
	콜레스테롤	Cholesterol, mỡ máu
콤	콤플렉스	Phức cảm tự ti
콧	콧물	Nước mũi
쾌	쾌적하다	Thoải mái, dễ chịu
쿠	쿠폰	Phiếu giảm giá
퀴	퀴즈	Câu đố
크	크리스마스	Giáng sinh
큰	큰길	Con đường cái
	큰돈	Món tiền lớn
	큰소리	To tiếng, lớn tiếng
	큰아들	Con trai trưởng
	큰일	Việc trọng đại, việc lớn
클	클래식	Cổ điển
	클럽	Club, câu lạc bộ
	클로버	Cỏ 3 lá
	클릭	Nhấp chuột
키	키우다	Nuôi dưỡng
킬	킬로미터	Kilômét

타	타고나다	Bẩm sinh
	타당하다	Có lý, hợp lý, thỏa đáng
	타산하다	Tính toán
	타이르다	Khuyên bảo, chỉ bảo
	타인	Người khác
	타입	Kiểu, mẫu
	타협	Thỏa hiệp
	타협점	Điểm thỏa hiệp
탁	탁송	Sự ký gửi
	탁월하다	Vượt trội, xuất sắc
	탁하다	Đục, bẩn
탄	탄력	Sự co dãn, sự đàn hồi
	탄산음료	Thức uống có ga
	탄생하다	Sinh ra, phát sinh
	탄수화물	Cacbohydrat
	탄탄하다	Cứng, rắn, mạnh khỏe, rắn chắc
탈	탈	Biến cố, sự cố
	탈선하다	Lạc đề, trật phương hướng, trật ray
	탈의실	Phòng thay quần áo
	탈춤	Múa mặt nạ
	탈취하다	Khử mùi
탑	탑승	Sự đi, sự lên
	탑승구	Lối lên máy bay
탓	탓	Nguyên nhân, lý do, ảnh hưởng
	탓하다	Đổ lỗi
태	태도	Thái độ
	태몽	Giấc mơ có thai

	택배비	Chi phí vận chuyển
	태산	Núi Thái Sơn, núi cao
	태양	Mặt trời, thái dương
	태양에너지	Năng lượng mặt trời
	태양열	Nhiệt mặt trời
	태어나다	Sinh ra, đẻ ra
	태우다	Đốt, đốt cháy
	태평양	Thái Bình Dương
	태풍	Gió mùa
택	택배	Vận chuyển
	택배비	Phí giao hàng
	택하다	Lựa chọn, chọn
□	터놓다	Thông, mở
	터미널	Bến xe
	터전	Căn cứ, nơi, chỗ
	터지다	Bùng nổ, nổ
□	턱	Cái cằm
□	털다	Giũ, phủi, bỏ
	털털하다	Tính cách thoải mái, dễ chịu
□	텃밭	Vườn nhà
□	텅	Trống, rỗng
□	테	Cái vòng, cái vành, cái nẹp
	테니스	Tennis
	테니스장	Sân tennis
	테라스	Bậc thềm
	테러리스트	Khủng bố
	테이프	Băng, băng ghi âm

	텐트	Rạp, lều
토	토끼	Con thỏ
	토대	Cái nền, cái móng
	토론	Thảo luận
	토마토	Cà chua
	토마토소스	Nước sốt cà chua
	토산품	Hàng địa phương, đặc sản địa phương
	토양	Thổ nhưỡng, đất đai
	토의하다	Thảo luận, bàn bạc
	토하다	Nôn, mửa, ói
톤	톤	Tấn
톱	톱	Cái cưa
통	통	Cái thùng, hộp
	통계	Thống kê
	통계청	Cục thống kê
	통과	Thông qua, đi qua, đỗ, vượt qua
	통신	Thông tin, viễn thông
	통역하다	Thông dịch, phiên dịch
	통일하다	Thống nhất
	통장	Sổ ngân hàng
	통제하다	Khống chế, kiểm soát
	통조림	Đồ hộp
	통증	Cơn đau
	통증완화하다	Giảm cơn đau
	통지서	Bản thông báo, giấy thông báo
	통지하다	Thông báo
	통풍	Bệnh gút
	통하다	Chạy qua, thông qua
	통합	Thống nhất, hợp nhất

	통행료	Phí thông hành
	통화	Tiền tệ
퇴	퇴근길	Đường đi làm về
	퇴근하다	Tan sở
	퇴원하다	Ra viện, xuất viện
	퇴장	Rời sân, đi ra
	퇴직하다	Nghỉ việc
	퇴폐하다	Suy đồi, thoái hóa
투	투덜거리다	Lẩm bẩm, phàn nàn
	투명하다	Trong suốt, rõ sàng, minh bạch
	투성이다	Đầy cái gì đó
	투여하다	Cho uống thuốc
	투입하다	Đưa vào, bỏ cái gì vào
	투자비용	Chi phí đầu tư
	투자하다	Đầu tư
	투표하다	Bỏ phiếu, biểu quyết, bầu phiếu
	툭하면	Động một chút là, hễ một chút là
툴	툴툴거리다	Càu nhàu, phàn nàn, kêu ca
퉁	퉁명스럽다	Cộc cằn, thô lỗ, bất lịch sự
튀	튀기다	Búng, bắn, phụt
	튀다	Bật ra, vọt ra, bắn ra
트	트럭	Xe tải
	트렌드	Xu hướng, xu thế
	트이다	Thoải mái, thông suốt
특	특기	Năng lực đặc biệt
	특별하다	Đặc biệt, đặc trưng, cố hữu
	특산물	Đặc sản

	특색	Nét đặc sắc
	특성	Đặc tính
	특수하다	Đặc biệt, đặc thù
	특이하다	Đặc biệt, riêng biệt
	특징	Đặc trưng
튼	튼튼하다	Vững chắc
틀	틀	Cái khung, cái khuôn, khuôn mẫu
	틀다	Quay, vặn, điều chỉnh
	틀림없다	Chính xác, không sai
	틀어놓다	Bật lên
틈	틈	Chỗ trống, kẽ trống, khe hở
	틈새	Khe hở, khoảng cách
티	티	1. Dấu, đốm, vết, hạt bụi 2. Vẻ, điệu bộ
	티끌	Cát bụi
	티셔츠	Áo sơ mi
	티켓	Vé
팀	팀	Đội, nhóm, tổ
	팀장	Nhóm trưởng
파	파견하다	Phái, cử
	파괴하다	Phá hoại, phá hỏng, phá hủy
	파기하다	Hủy bỏ
	파다	Đào, bới
	파란색	Màu xanh
	파마	Uốn tóc
	파마머리	Tóc uốn
	파벌	Bè phái, bè lũ
	파산하다	Phá sản

	파손하다	Hư hỏng, làm hư
	파악하다	Nắm bắt vấn đề
	파워	Sức mạnh, quyền lực, điện
	파이프	Ống, đường ống
	파일	File hồ sơ
	파티	Buổi tiệc
판	판단력	Sức phán đoán
	판단하다	Phán đoán
	판매하다	Bán
	판정	Phán quyết, phán xử
	판화	Tranh khắc
팔	팔리다	Được bán
팥	팥빙수	Chè đậu đỏ đá bào
	팥죽	Cháo đậu đỏ
패	패션	Thời trang, mốt
	패션쇼	Buổi trình diễn thời trang
	패스트푸드	Thức ăn nhanh
팩	팩스	Fax
팬	팬	1. Người hâm mộ 2. Cái quạt
퍼	퍼뜨리다	Làm lan rộng, lan truyền
	퍼지다	Mọc ra, tỏa ta, lan ra
펀	펀드	Quỹ, trái phiếu
펑	펑펑	Ào ào, cuồn cuộn
페	페달	Bàn đạp
	페인트	Nước sơn

	페트병	Chai nhựa
편	편견	Định kiến
	편도선염	Bệnh amidan
	편두통	Chứng đau nửa đầu
	편리하다	Thuận lợi, tiện lợi
	편의	Sự thuận tiện, sự tiện lợi
	편의점	Cửa hàng tiện lợi
	편한다	Tiện lợi, thuận tiện
	편히	Một cách thoải mái
	편성	Tổ chức, hình thành
	편식하다	Kén ăn
	편안하다	Bình an, an bình, thoải mái
	편중하다	Tập trung, đặt nặng vào
	편지	Bức thư
	편집하다	Biên tập
	편찬	Việc biên soạn
펼	펼치다	Mở ra, trải ra, căng ra
평	평	Pyeong – đơn vị diện tích (1 pyeong bằng 3,3 mét vuông)
	평가하다	Đánh giá, nhận xét
	평결	Sự phán quyết
	평균	Bình quân
	평등하다	Bình đẳng
	평론가	Nhà bình luận
	평범하다	Bình thường, bình dị
	평상시	Lúc thường, khi thường
	평생	Bình sinh, cuộc đời
	평생직장	Nơi làm việc cả cuộc đời
	평소	Lúc bình thường, thường ngày
	평일	Ngày thường

	평평하다	Bằng phẳng, bình bình
	평화	Hòa bình
폐	폐백	Quà của cô dâu tặng bố mẹ chồng khi về nhà chồng
	폐쇄하다	Sự phong tỏa, đóng cửa
	폐수	Nước thải, nước bẩn
	폐지하다	Loại bỏ
	폐회	Bế mạc
포	포괄하다	Bao quát, phổ quát, bao gồm
	포근하다	Ấm áp, thân thiện, thân ái
	포기	Cây, củ, nhành cây
	포기하다	Từ bỏ
	포도주	Rượu nho
	포상	Giải thưởng, thưởng
	포스터	Tờ áp phích, tờ quảng cáo
	포용하다	Bao dung, khoan dung
	포인트	Điểm, điểm nhấn
	포장	Sự đóng gói
	포장지	Giấy đóng gói
	포장하다	Đóng gói
	포즈	Tư thế, dáng đứng
	포착하다	Nắm chắc, nắm bắt
	포크	Cái dĩa
	포털사이트	Cổng thông tin điện tử
	포함하다	Bao gồm
폭	폭	Chiều rộng, bề rộng, chiều ngang
	폭력	Bạo lực, vũ lực
	폭리	Lợi nhuận cao, trục lợi
	폭발하다	Nổ, bùng nổ
	폭설	Tuyết rơi nhiều, nhiều tuyết
	폭식하다	Ăn quá nhiều

	폭우	Trận mưa to, mưa lớn
	폭죽	Pháo
	폭탄	Bom
	폭포	Thác nước
	폭풍우	Mưa bão
폰	폰뱅킹	Dịch vụ ngân hàng qua điện thoại
폴	폴더	Folder
표	표고버섯	Nấm hương
	표기하다	Ghi chép
	표면	Bề mặt
	표명하다	Biểu lộ, biểu thị, bày tỏ
	표시하다	Biểu thị, thể hiện
	표출하다	Thể hiện
	표음	Biểu âm, tượng âm
	표의	Biểu ý, thể hiện nghĩa
	표정	Nét mặt, vẻ mặt
	표준	Tiêu chuẩn, chuẩn mực
	표준어	Ngôn ngữ chuẩn
	표지판	Biển hiệu, biển báo
	표창	Khen thưởng
푸	푸다	Múc ra, bới ra
	푸드	Thức ăn
	푸르다	Màu xanh
	푸지다	Phong phú, đầy ắp
	푸짐하다	Dồi dào, phong phú, đầy
푼	푼푼하다	Dồi dào, hào phóng
풀	풀	Hồ dán, hồ, keo
	풀기	Độ cứng, độ rắn

	풀리다	Được tháo ra
	풀이	Bài giải
품	품	Vòng ngực
	품다	Ôm, chứa đựng
	품목	Danh mục hàng hóa
	품질	Chất lượng
풍	풍경	Phong cảnh
	풍경화	Tranh phong cảnh
	풍년	Năm được mùa
	풍덩	Tõm (tiếng rơi xuống nước)
	풍력	Sức gió
	풍부하다	Phong phú, có nhiều, giàu
	풍선	Bong bóng
	풍속	Vận tốc gió
	풍습	Phong tục tập quán
	풍요하다	Sự giàu có, sự phong phú
	풍월	Gió trăng
	풍족하다	Dư dả
퓨	퓨즈	Cầu chì
프	프라이팬	Chảo rán
	프로그래머	Lập trình viên
	프로그램	Chương trình
	프로젝트	Dự án, đề án, kế hoạch
	프린터	Máy in
플	플라스틱	Nhựa, plastic
	플러그	Ổ cắm
피	피	Máu, huyết
	피곤하다	Mệt mỏi
	피난하다	Tránh nạn

	피로하다	Mệt mỏi
	피로해소	Giải tỏa cơn mệt
	피동	Bị động
	피드백	Phản hồi
	피라미드	Kim tự tháp
	피력하다	Giãi bày, nói thẳng
	피를 빨다	Hút máu
	피부	Da, nước da
	피부과	Khoa da liễu
	피부병	Bệnh về da
	피부색	Màu da
	피부염	Viêm da
	피서가다	Đi tránh nóng
	피아니스트	Nghệ sĩ piano
	피우다	Đốt, hút, thắp
	피카소	Picasso
	피크	Đỉnh điểm, tột đỉnh
	피하다	Tránh
	피해	Thiệt hại
	피해자	Người thiệt hại
핀	핀란드	Phần Lan
필	필기	Viết, chép
	필름	Tấm phim, cuộn phim
	필수	Tất yếu, bắt buộc
	필수품	Nhu yếu phẩm
	필요성	Tính tất yếu
	필요하다	Cần thiết
핏	핏줄	Mạch máu, huyết quản
핑	핑계하다	Biện bạch, biện minh

하	하나하나	Từng cái một, riêng lẻ
	하늘나라	Thiên đường
	하드디스크	Ổ đĩa cứng
	하락하다	Rơi, giảm, đi xuống
	하루하루	Mỗi ngày
	하룻밤	Một đêm
	하마터면	Suýt nữa
	하물며	Hơn nữa
	하산	Xuống núi
	하수구	Lỗ nước thải
	하숙방	Phòng trọ, nhà trọ
	하숙비	Chi phí nhà trọ
	하여금	Một cách ép buộc
	하여튼	Dù sao chăng nữa
	하우스	Nhà
	하자	Thiếu sót, sai sót
	하천	Sông ngòi
	하체	Phần dưới cơ thể, hạ thể
	하키	Môn khúc côn cầu
	하품	Cái ngáp
	하프타임	Nửa trận đấu, một hiệp, nửa thời gian
	하필	Hà tất, sao lại phải vậy
	하하	Ha ha (tiếng cười)
학	학과	Khoa chuyên ngành
	학교생활	Sinh hoạt ở trường
	학기	Học kỳ
	학력	Học lực, sức học
	학문	Học vấn, có học hành
	학번	Mã số sinh viên
	학벌	Bằng cấp
	학부모	Phụ huynh học sinh

	학비	Học phí
	학생증	Thẻ sinh viên
	학습	Việc học hành
	학업	Nghiệp học, con đường học vấn
	학원비	Học phí
	학자	Học giả
	학점	Học phần, tín chỉ
	학창시절	Thuở đến trường, thời đi học
한	한가하다	Nhàn rỗi, nhàn nhã
	한강	Sông Hán
	한결	Nổi bật, thêm một bậc
	한계	Giới hạn, hạn mức
	한국학	Hàn Quốc học
	한꺼번에	Một lúc, một lượt
	한낮	Giữa trưa, chính ngọ
	한눈	Trong tầm mắt, sự nhìn lướt qua
	한도	Hạn độ, giới hạn
	한동안	Một thời gian lâu, trong một thời gian
	한두	Một hai
	한때	Một thời, một thuở, một lúc
	한류	Luồng khí lạnh, đợt khí lạnh, dòng khí lạnh
	한마디	Một lời nói
	한산하다	Nhàn nhã, thưa thớt
	한순간	Một khoảng khắc
	한숨	Thở dài, thở phào
	한약	Thuốc bắc
	한옥	Nhà kiểu Hàn Quốc
	한의사	Thầy thuốc đông y
	한자리	Một chỗ, một nơi
	한잔	Một chén, một ly
	한잠	Một giấc ngủ ngắn, chợp mắt

	한적하다	Tĩnh lặng, tĩnh mịch
	한정	Hạn định, giới hạn
	한정되다	Bị giới hạn
	한정식	Bữa ăn truyền thống của Hàn Quốc
	한줄	Một dòng
	한지	1. Giấy truyền thống của Hàn Quốc 2. Xứ lạnh, vùng lạnh
	한쪽	Một bên, một hướng
	한참	Một hồi lâu, một lúc lâu
	한창	Đỉnh cao, lúc cao nhất, lúc nở rộ
	한턱내다	Khao, thiết đãi
	한편	Một phía, một bên
할	할당	Sự chia phần, sự phân công
	할당량	Lượng phân bổ
	할리우드	Hollywood
	할부로	Trả thành nhiều lần, trả góp
	할인점	Cửa hàng bán giảm giá
핥	핥다	Liếm
함	함	Hòm, rương, thùng
	함량	Hàm lượng
	함부로	Một cách hàm hồ, một cách tùy tiện
	함유하다	Chứa đựng, hàm chứa
	함축하다	Hàm chứa, ngụ ý
합	합격자	Người thi đậu
	합동	Sự kết hợp, sự phối hợp
	합력	Hợp lực, hợp sức
	합리적이다	Có tính hợp lý
	합병하다	Sáp nhập, gộp chung lại
	합성하다	Hợp thành, tổng hợp
	합의하다	Thỏa thuận

	합창	Hợp xướng
	합치다	Gộp lại, hợp lại
	합하다	Gộp, sáp nhập
항	항공	Hàng không
	항공권	Vé máy bay
	항공기	Máy bay
	항공료	Tiền vé máy bay
	항공사	Hãng hàng không
	항공편	Phương tiện hàng không, đường hàng không
	항균	Kháng khuẩn
	항목	Hạng mục
	항생제	Thuốc kháng sinh
	항아리	Cái bình, cái chum nhỏ
	항의	Sự phản kháng, sự chống đối
해	해결책	Phương án, giải pháp
	해결하다	Giải quyết
	해고하다	Sa thải, đuổi việc
	해내다	Hoàn thành, đánh bại
	해당하다	Phù hợp, tương ứng
	해독	Độc hại, tác hại
	해돋이	Mặt trời mọc
	해롭다	Có hại, gây hại
	해를끼치다	Gây hại
	해마	Con hải mã, con cá ngựa
	해마다	Hằng năm, mỗi năm
	해맑다	Trắng và sạch
	해물	Sản vật biển
	해물탕	Lẩu hải sản
	해변	Ven biển
	해산물	Đồ biển, hải sản
	해수욕	Tắm biển

	해수욕장	Bãi tắm biển
	해신	Thần biển
	해안	Bờ biển
	해양	Hải dương, biển
	해일	Sóng thần
	해법	Giải pháp, cách giải quyết
	해보다	Làm thử
	해설자	Người thuyết minh
	해설하다	Diễn giải, chú giải
	해소하다	Giải tỏa, hủy bỏ
	해열	Hạ sốt, giải nhiệt
	해열제	Thuốc hạ sốt
	해외영업	Kinh doanh nước ngoài
	해외지사	Chi nhánh công ty ở nước ngoài
	해외취업	Làm việc ở nước ngoài
	해치다	Gây hại
핵	핵심	Trung tâm, trọng tâm, điểm chính
핸	핸드백	Túi xách tay
햇	햇곡식	Lương thực đầu mùa
	햇볕	Ánh nắng mặt trời, tia nắng
	햇살	Ánh sáng mặt trời
행	행동	Hành động, làm
	행복감	Cảm giác hạnh phúc
	행사	Lễ hội
	행사장	Nơi tổ chức lễ hội
	행실	Cách hành xử, ứng xử
	행운	Vận may
	행원	Nhân viên ngân hàng
	행위	Hành vi

	행정적	Có tính hành chính
	행진	Cuộc diễu hành
향	향	Hương, nhang, hương thơm
	향기	Mùi thơm
	향상하다	Đi lên, cải thiện
	향수	Nước hoa
	향수냄새	Mùi nước hoa
	향하다	Hướng tới, hướng về
허	허공	Khoảng không
	허락	Sự cho phép, sự đồng ý
	허락하다	Cho phép, đồng ý
	허리띠	Thắt lưng
	허벅지	Bắp đùi
	허용	Sự cho phép, sự thừa nhận
	허위	Sự hư cấu, lừa dối, giả dối
	허전하다	Trống vắng, trống trải
	허풍떨다	Khoác lác, tỏ vẻ ta đây
헌	헌책	Sách cũ
험	험하다	Nguy hiểm
헛	헛디디다	Bước hụt, lỡ bước
헝	헝겊	Mẩu vải, miếng vải
헤	헤드폰	Điện thoại cầm tay
	헤매다	Đi lòng vòng, loanh quanh
	헤아리다	Ước chừng, nhắm chừng
	헤어스타일	Kiểu tóc
	헤어지다	Xa nhau, chia tay, cách xa
	헤엄치다	Bơi

헬	헬멧	Mũ bảo hiểm
	헬스클럽	Câu lạc bộ thể hình
혁	혁명	Cách mạng
현	현관	Hành lang, hiên
	현대	Hiện đại, hiện tại
	현대사	Lịch sử hiện đại
	현대적	Có tính hiện đại
	현명하다	Thông minh, sáng suốt
	현모양처	Hiền mẫu lương thê
	현상	Hiện trạng, tình trạng thực tế hiện nay
	현실	Hiện thực, thực tế
	현실적	Có tính hiện thực
	현장	Hiện trường, nơi xảy ra sự việc
	현저히	Một cách rõ ràng
	현지	Hiện trường, bản địa, nơi đó
	현지인	Người bản địa
	현황	Tình hình hiện tại
혈	혈관	Huyết quản
	혈압	Huyết áp
	혈액	Máu, huyết
	혈액순환	Tuần hoàn máu
	혈액형	Nhóm máu
혐	혐오감	Sự căm ghét, thù ghét
	혐오하다	Chán ghét
	혐의	Nghi ngờ
협	협동	Sự hợp tác
	협력하다	Hiệp lực, hợp sức
	협박하다	Đe dọa
	협상	Sự bàn bạc, thảo luận

	협상하다	Bàn bạc, thảo luận
	협조하다	Hiệp trợ, hợp lực
	협회	Hiệp hội
형	형성하다	Hình thành
	형수님	Chị dâu, vợ của anh trai
	형식	Hình thức, kiểu
	형용사	Tính từ, hình dung từ
	형태	Hình dáng, hình thức
	형편	Tình thế, tình cảnh, hoàn cảnh
혜	헤어스타일	Kiểu tóc
	혜택	Ưu đãi, ưu tiên
호	호감	Tình cảm tốt, cảm tình tốt
	호기심	Sự tò mò, tính tò mò
	호두	Quả óc chó
	호랑이	Con hổ
	호르몬	Hóc môn
	호소하다	Kêu gọi
	호수	Hồ nước
	호응	Hưởng ứng, ủng hộ
	호의적이다	Có ý tốt, có thiện chí
	호칭	Gọi tên, xưng hô
	호통	Cơn thịnh nộ
	호평	Sự đánh giá tốt
	호프	Quán bia, quán rượu, căng tin
	호흡하다	Thở
혹	혹	Khối u
	혹시	Biết đâu, không chừng, có thể, nếu
	혹한	Lạnh cóng, lạnh buốt
혼	혼나다	Hoảng sợ, sợ

	혼내다	Làm cho sợ
	혼란스럽다	Nổi loạn, hỗn loạn
	혼란주다	Gây hỗn loạn
	혼란하다	Hỗn loạn
	혼례	Hôn lễ, đám cưới
	혼수	1. Sính lễ 2. Sự ngủ sâu, sự hôn mê
	혼인	Hôn nhân, cưới xin
	혼자	Một mình, cá nhân, tự mình, một người
	혼잡	Sự hỗn tạp, hỗn loạn
	혼합	Hỗn hợp
홀	홀가분하다	Sảng khoái, thoải mái
	홀수	Số lẻ
	홀쭉하다	Gầy nhẳng, gầy khẳng khiu
훔	훔치다	Ăn trộm
	홈페이지	Trang web, homepage
홍	홍보	Quảng cáo, tuyên truyền, tiếp thị
	홍수	Hồng thủy, cơn lụt
	홍채	Con ngươi
화	화려하다	Hoa lệ, lộng lẫy, rực rỡ
	화면	Màn hình
	화물	Hàng hóa
	화분	Chậu hoa
	화산	Núi lửa
	화상	Bức chân dung
	화상	Vết bỏng
	화석	Hóa thạch
	화석연료	Nhiên liệu hóa thạch
	화성	Sao Hỏa

	화장지	Giấy vệ sinh
	화장하다	Trang điểm
	화제	Tiêu đề, tên, câu chuyện
	화질	Chất lượng hình ảnh
	화창하다	Êm dịu, ôn hòa
	화초	Hoa cỏ, cỏ cây
	화폐	Tiền tệ, đồng tiền
	화풀이	Làm cho hả giận, trút cơn giận
	화학	Hóa học
	화학조미료	Chất điều vị hóa học
	화해하다	Hòa giải, làm lành
확		
	확고하다	Vững chắc
	확대하다	Mở rộng, phóng to
	확률	Xác suất
	확산하다	Lan rộng, mở rộng
	확실하다	Xác thực, rõ ràng
	확장하다	Mở rộng, phát triển
환	환갑	Tròn 60 tuổi, hoàn giáp, lục tuần
	환경	Môi trường
	환경보호	Bảo vệ môi trường
	환경오염	Ô nhiễm môi trường
	환기하다	Thông gió
	환불액	Việc hoàn tiền lại
	환불하다	Trả tiền lại, hoàn lại
	환상적이다	Có tính ảo tưởng
	환송회	Tiệc chia tay
	환영하다	Hoan nghênh
	환영회	Tiệc hoan nghênh, đón tiếp
	환율	Tỷ giá hối đoái
	환자	Bệnh nhân, người bệnh

	환전하다	Đổi tiền
	환절기	Thời kỳ chuyển mùa, lúc giao mùa
활	활	Cây cung
	활개를 치다	Tung tăng, vùng vẫy
	활기	Sức sống
	활기차다	Đầy sức sống
	활달하다	Hào hiệp, rộng rãi
	활동하다	Hoạt động, tiến hành
	활력	Sức sống, sinh lực
	활발하다	Hoạt bát, sôi nổi
	활성화하다	Phát triển, thúc đẩy phát triển
	활용하다	Vận dụng, ứng dụng
	활짝	Rộng, sáng sủa, trong sáng
황	황급히	Một cách vội vã, gấp rút
	황당하다	Hoảng hốt, bỡ ngỡ
	황사	Cát vàng
	황토	Đất vàng
회	회	1. Lần, lượt 2. Món gỏi
	회계사	Nhân viên kế toán, kiểm toán
	회관	Hội quán
	회복	Khôi phục, phục hồi
	회비	Hội phí, tiền hội phí
	회사운영	Điều hành một công ty
	회상하다	Hồi tưởng, nhớ lại
	회식	Liên hoan
	회신하다	Hồi âm, trả lời
	회원	Hội viên
	회원국	Nước thành viên
	회의	Hoài nghi, hội nghị

	회의장	Hội trường
	회장	Chủ tịch, tổng giám đốc
	회전하다	Xoay vòng
	회피하다	Trốn tránh
획	획득하다	Giành được
	획일적이다	Tính thống nhất, đồng nhất
횟	횟수	Số lần
횡	횡단보도	Chỗ qua đường
	횡령하다	Biển thủ, tham ô
효	효과	Hiệu quả, hiệu ứng
	효과적	Có tính hiệu quả
	효녀	Người con gái có hiếu
	효능	Hiệu năng
	효성	Lòng hiếu thảo
	효율	Hiệu suất
후	후	Sau khi
	후각	Khứu giác
	후기	Hậu kỳ
	후문	Cửa sau, cửa hậu
	후반전	Nửa sau, hiệp 2
	후보자	Ứng cử viên
	후속	Tiếp theo, thừa kế
	후손	Hậu duệ, con cháu, hậu thế
	후식	Món ăn tráng miệng
	후원	Vườn sau, sân sau
	후원자	Người tài trợ
	후진국	Nước lạc hậu
	후추	Hạt tiêu
	후텁지근하다	Ngột ngạt, khó chịu

	후회하다	Hối hận
	후후	(Thổi) phù phù, vù vù
훈	훈련소	Nơi huấn luyện, trường huấn luyện
	훈련하다	Huấn luyện
훌	훌륭하다	Giỏi, xuất sắc
훔	훔치다	Ăn trộm
훗	훗날	Về sau, sau này, tương lai
훨	훨씬	Rất, rất nhiều, hơn hẳn
	훨훨	Rập rờn, bùng bừng
훼	훼손되다	Bị phá hủy
	훼손시키다	Phá hủy, hỏng, làm hư
	훼손하다	Phá hủy, phá hoại
휘	휘발유	Xăng
휠	휠체어	Xe lăn, xe đẩy
휩	휩쓸리다	Bị cuốn trôi, cuốn vào
휴	휴가철	Kỳ nghỉ phép, mùa nghỉ phép
	휴게실	Phòng nghỉ
	휴관하다	Đóng cửa
	휴대폰	Điện thoại di động
	휴대하다	Xách tay
	휴식하다	Nghỉ ngơi, nghỉ giải lao
	휴양지	Nơi nghỉ mát, nơi nghỉ dưỡng
	휴직	Tạm nghỉ việc
	휴학하다	Nghỉ học, ngưng học
흉	흉내내다	Bắt chước, học theo, mô phỏng

	흉년	Năm mất mùa
	흉몽	Cơn ác mộng, giấc mơ xấu
	흉악	Sự hung ác, sự ác độc
	흉악범	Tội phạm nguy hiểm
흐	흐르다	Chảy, trôi đi
	흐름	Dòng chảy
	흐뭇하다	Hài lòng, thỏa mãn
□	흔들다	Vẫy, lắc, rung
	흔들리다	Rung, lắc, rung chuyển
	흔적	Dấu vết, vết tích
	흔하다	Nhiều, dễ thấy
	흔히	Thường, thường hay
□	흘리다	Chảy, làm vung vãi
□	흙	Đất, thổ nhưỡng, đất cát
□	흠	Vết sẹo, khuyết điểm
	흠집	Vết sẹo
□	흡수하다	Thấm, ngấm, thấm hút
	흡연하다	Hút thuốc
□	흥	Sự hứng thú
	흥겹다	Vui, thú vị
	흥미롭다	Hứng khởi, phấn khích
	흥미진진하다	Rất thú vị, rất hứng thú
	흥분	Hưng phấn
	흥정하다	Mặc cả
	흥행하다	1. Trình chiếu, trình diễn 2. Thắng lớn

희	희귀하다	Hiếm, quý
	희다	Trắng
	희망	Hy vọng, mong muốn
	희망자	Người có nguyện vọng, người có mong muốn (làm gì đó)
	희비	Vui và buồn
	희생자	Người chết, người tử nạn, người hy sinh
	희생하다	Hy sinh
	희소식	Tin lành
힐	힐링	Sự hồi phục (Healing)
힘	힘	Thể lực, sức mạnh
	힘껏	Thỏa sức, hết sức
	힘내다	Cố gắng
	힘세다	Khỏe
	힘쓰다	Gắng sức, nỗ lực
	힘입다	Được tiếp sức, được giúp sức